പ്രണയത്തിന്റെ പരമാനന്ദഗീതം

Nadakkavu, Kozhikode, Kerala, 673011
www.insightpublica.com
e-mail: insightpublica@gmail.com
Title: **Pranayathinte Paramananthageetham**
(Malayalam Poems)
Author: **Arunkumar Avanoor**
First Edition: September 2024
Copyright © Reserved
Printed and Published by
InsightinPublica Printers & Publishers Pvt. Ltd.
ISBN 978-93-5517-393-5
₹269

പ്രണയത്തിന്റെ പരമാനന്ദഗീതം

അരുൺകുമാർ അന്നൂർ

1985-ൽ കൊട്ടാരക്കരയ്ക്കടുത്ത് അന്നൂരിൽ ജനനം. കേരളാ യൂണിവേ ഴ്സിറ്റിയിൽ നിന്ന് ഇംഗ്ലീഷ് സാഹിത്യത്തിൽ ബിരുദം. ട്രഷറി വകുപ്പിൽ ഉദ്യോഗം.

അച്ഛൻ: ഹരിദാസൻ നായർ, അമ്മ: ലീലാമണിയമ്മ, ഭാര്യ: ആതിര, മകൻ: മൈത്രേയൻ, മകൾ: ചിന്മയ

വിലാസം: അനൂപ് ഭവൻ,അന്നൂർ, അമ്പലത്തുംകാല പി.ഒ., കൊല്ലം ജില്ല, പിൻ - 691 505, ഫോൺ: 8848643810

കവിതാസമാഹാരങ്ങൾ: *വാക്കുകളുടെ പുസ്തകം, ദൈവദൂഷകൻ തന്റെ ജനത്തോട് പറയുന്നത്, മാഞ്ചോട്ടിലിരുന്നൊരു കഥ ചൊല്ലാൻ വിളിച്ച പ്പോൾ, എന്റെ വെളിപാട് പുസ്തകത്തിൽ നിന്ന്, കവിതകൾ (2005-2015), കലിനളൻ, ഒരു സൗവർണ്ണ പ്രണയത്തിന്റെ ഓർമ്മയ്ക്ക്, ചെറുമന്റെ പാട്ട്*

കഥാസമാഹാരം: *കഥകളുടെ പെട്ടകം*

ദർശനം: *മാനവികതയുടെ മാനിഫെസ്റ്റോ, ജ്ഞാനബോധിയുടെ സുഭാഷി തങ്ങൾ*

ബാലസാഹിത്യം: *കുട്ടിക്കാലം ഡോട്ട് കോം, പള്ളിക്കൂടപ്പാട്ടുകൾ*

പുരസ്കാരങ്ങൾ: 2021-ലെ ONV യുവസാഹിത്യ പുരസ്കാരവും പ്രഥമ ഡി വിനയചന്ദ്രൻ പുരസ്കാരവും (2019) കലിനളൻ എന്ന കവിതാസ മാഹാരത്തിന് ലഭിച്ചു. 2012-ലെ അക്ഷയ ദീപപുരസ്കാരം ദൈവദൂ ഷകൻ തന്റെ ജനത്തോട പറയുന്നത് എന്ന കൃതിക്ക് ലഭിച്ചു. കേരള സെക്രട്ടേറിയറ്റ് എംപ്ലോയീസ് അസോസിയേഷന്റെ സുരേന്ദ്രൻ സ്മാരക പുരസ്കാരം 2012-ൽ മഴയിൽ മട്ടാഞ്ചേരിത്തെരുവിൽ എന്ന കവിതയ്ക്ക് ലഭിച്ചു. സർഗ്ഗചേതന സംസ്ഥാനകവിതാ പുരസ്കാരവും എം എസ് സുരേന്ദ്രൻ സ്മാരക സംസ്ഥാന കവിതാ പുരസ്കാരവും വാക്ക് എന്ന കവിതയ്ക്ക് ലഭിച്ചു (2023). കുമാരനാശാൻ ദേശീയ സാംസ്കാരിക ഇൻസ്റ്റി റ്റ്യൂട്ടിൻെറ (തോന്നയ്ക്കൽ) 2023 ലെ കുമാരകവി പുരസ്കാരം ലഭിച്ചു.

2023 ലെ സുഹ്റ പടിപ്പുര കവിത പുരസ്കാരം ചെറുമന്റെ പാട്ട് എന്ന കൃതിക്ക് ലഭിച്ചു.

അരുൺകുമാർ അന്നൂർ

ഉള്ളടക്കം

കവിതകൾ

ഭാഗം ഒന്ന്
പ്രണയത്തിന്റെ പരമാനന്ദഗീതം

ഭാഗം രണ്ട്
ഗഗനമേ ഞാൻ പ്രണയമാകുന്നു

ആമുഖം

1

ഏറ്റവും വലിയ ലോകമേതെന്ന് ചോദിക്കൂ. ഒരിക്കൽ പ്രണയത്തി ന്റെ വീഞ്ഞിൽ ജീവിതത്തിന്റെ ലഹരി കലക്കിയവനോട് തന്നെ ചോദിക്കൂ- അനുഭൂതിയുടെ അവശേഷിക്കുന്ന നേർത്ത നാരുപോലെ യുള്ള നാവിനാൽ ഞാൻ പറയാം. പ്രണയം; പ്രണയമാണാ ലോകം.

എന്റെ ഭാഷ ഏതെന്ന് ചോദിക്കരുത്. ഞാനേറ്റവും നന്നായി സംവദിക്കുന്നത് ഏതിലാണെന്ന് ചോദിക്കൂ- അത് പ്രണയമാകുന്നു. അഗ്നിയിൽ കുരുത്തും രക്തത്തിൽ പ്രവഹിച്ചും നിരന്തര രതിയായ് പടർന്നുപന്തലിക്കുന്ന പ്രണയം. പ്രണയം ഒരു വികാരം മാത്രമല്ല. അതിനുമപ്പുറമുള്ള മറ്റെന്തോ ആണ് -നിർവചിക്കാനാകാത്തത്. നിർ വചിക്കുന്തോറും വാക്കുകൾ പൊള്ളയാകുന്നു.

എനിക്കു പറയാനുള്ളത് ഞാൻ പ്രണയത്തിലൂടെ പറയുന്നു. കേൾക്കാനുള്ളത് പ്രണയത്തിലൂടെ കേൾക്കുന്നു. പ്രണയം എന്റെ ജീവിതഭാഷയാകുന്നു. എന്റെ പ്രതീക്ഷ പ്രണയത്തിലാണ്. അതിനൊരു പുതിയ ലോകത്തെ സൃഷ്ടിക്കാനാകും. അതിനുമാത്രമേ വസന്തങ്ങളുടെ പുനർനിർമ്മിതിയെക്കുറിച്ച് ചിന്തിക്കാനാകൂ.

കേവലം സങ്കല്പങ്ങളുടെ ചീട്ടുകൊട്ടാരമല്ല പ്രണയം. യുക്തിയേക്കാൾ യുക്തിപരമായത്, എങ്കിലും അയുക്തികമായത്. പ്രണയത്തിലേക്ക പോകുമ്പോൾ എല്ലാ ആർഭാടങ്ങളും ഞാനൊഴിവാക്കുന്നു. തികച്ചും ദിഗംബരനായാണ് ഞാൻ പ്രണയത്തിലേക്ക സന്യസിക്കുന്നത്.

2

ഒന്നുമില്ലായ്മയുടെ അസന്തുഷ്ടിയിൽ, ജീവാമൃതം തളിച്ച് പ്രകാശത്തി ന്റെ ലോകത്തേക്ക് എന്നെ നയിച്ചത് പ്രണയത്തിന്റെ കാരുണ്യമായി രുന്നു. ജീവിതത്തെ, എല്ലാ വൈരുധ്യങ്ങളോടെയും ഉൾക്കൊള്ളാൻ എന്നെ പഠിപ്പിച്ചതും പ്രണയമായിരുന്നു. അരക്ഷിതമായിരുന്ന ഇടക്കാലങ്ങളിൽ പ്രതീക്ഷയും സ്വപ്നവും ലക്ഷ്യസ്ഥാനവുമായിരുന്ന പ്രണയം. ആ ഭാവത്തെ, ആ വാക്കിനെ ഞാൻ ഒട്ടേറെ സ്നേഹിച്ചു. പ്രണയത്താൽ നിർഭരമായിരുന്ന ദിനങ്ങളിൽ ഞാൻ കവിതകൾ എഴുതിക്കൊണ്ടേയിരുന്നു. അവ എന്നെ, എനിക്ക മുന്നിൽ പരിപൂർണ്ണ മായ് ദൃശ്യപ്പെടുത്തി. ആ അർഥത്തിൽ എന്നെത്തേടിയുള്ള യാത്രയിൽ, പര്യവേക്ഷണവാഹനമായിരുന്ന പ്രണയം എന്നുപറയാം. കവിതയും പ്രണയും എന്റെ ആഴങ്ങളിലേക്ക എന്നെ പായിച്ചുകൊണ്ടേയിരിക്കുന്നു. ഉപരിതലത്തിലെ അസംതൃപ്തികൾ, അല്പത്തങ്ങൾ, ദൗർബല്യങ്ങൾ എന്നിവയിൽ നിന്നും ആനന്ദത്തിന്റെ വിശുദ്ധലോകങ്ങളിലേക്ക് പ്രണയം എന്നെ നയിക്കുന്നു.

3

പുസ്തകത്തിന്റെ അകം, ഹൃദയപൂർവ്വം ഉൾക്കൊണ്ട് വളരെ മനോഹ രമായ പഠനം എഴുതി യ കവി ഡോ. കെ ജയകുമാർ ഐ. എ. എസിന് എന്റെ നന്ദി അറിയിക്കുന്നു. ഞാൻ പ്രണയിച്ചവർക്കും എന്നെ പ്രണയി ച്ചവർക്കുമായ് ഈ പ്രണയപുസ്തകം സമർപ്പിക്കുന്നു.

കൊട്ടാരക്കര   സ്നേഹപൂർവ്വം

01/06/23   **അരുൺകുമാർ അന്തൂർ**

ഹിമശിലയിൽ കുറിച്ച പ്രണയത്തിന്റെ സൂര്യലിഖിതം

ഡോ. കെ. ജയകുമാർ ഐ. എ. എസ്

പ്രണയത്തെപ്പോലെ അനന്തമായ അംബരസീമകൾ അവകാശ പ്പെട്ടുന്ന മറ്റൊരു മനുഷ്യവികാരമില്ല. ജീവിതത്തിനു ഇത്രമേൽ അഴകും അഴലും ആഴവും സമ്മാനിക്കാൻ മറ്റേതു വികാരത്തിന് കഴിയും? ഇംഗ്ലീഷിൽ Love എന്ന ഒറ്റപ്പദം കൊണ്ട് സൂചിതമാകുന്ന അവസ്ഥയെ സ്നേഹം, പ്രേമം എന്ന രണ്ടു പദങ്ങളില്ലൂടെ സൂക്ഷ്മമായി അടയാളപ്പെ ടുത്താൻ മലയാളത്തിന് ഇംഗ്ലീഷിനില്ലാത്ത വൈഭവമുണ്ട്. ജീവിതത്തെ ഗാഢമായി സ്നേഹിക്കയാൽ കവികൾക്ക് പ്രണയത്തോട് സവിശേ ഷമായൊരു ബന്ധമാണ്. അത് അവരെ എന്നും പ്രചോദിതരാക്കുകയും ഉന്മത്തരാക്കുകയും ചെയ്യും. ജീവിതത്തിന്റെ ബഹുലകാന്തി മുഴുവൻ പ്രതിബിംബിക്കുവാൻ പ്രണയത്തിന്റെ സ്ഫടിക ബിന്ദുവിന് സാധിക്കും. പ്രകാശകിരണത്തിൻ അന്തർഭവിച്ചിരിക്കുന്ന ഏഴുനിറങ്ങളെപ്പോലെ പ്രണയത്തിനുള്ളിൽ വർണരാജിയുടെ വിസ്മയലോകമുണ്ട്. ഇണയോ ടുള്ള ആകർഷണമായും സൗന്ദര്യത്തോടുള്ള അഭിനിവേശമായും ഒന്നുചേരാനുള്ള അന്തർദാഹമായും അനുഭവവേദ്യമാകുന്ന പ്രണയം വാസ്തവത്തിൽ ജീവിതമെന്ന മഹാവിരഹത്തിന്റെ സംലയനകാമ നയാണ്. ഏതൊരുണ്മയിൽ നിന്ന് ജീവിതം ഉരുവായോ, ആ ഉണ്മ യിലേക്കു തിരികെ ചേർന്നലിയാനുള്ള ഓരോ ജീവകണത്തിന്റെയും

ഉൾപ്രേരണയാണത്. കാമുകീകാമുക ബന്ധത്തിലൂടെ അറിയുന്നത് ഈ പരമനിർവൃതിയുടെ പ്രച്ഛന്നഹർഷം മാത്രം.

മിസ്റ്റിക് കവികളും സൗന്ദര്യോപാസകരായ കവികളും സമസ്തപ്ര ണയികളും അനുഭവിക്കുന്ന ആകർഷണത്തിന്റെ ഇന്ദ്രജാലം പുഴ്ച്ച കടലിനോട്ടുള്ള അഭിനിവേശം തന്നെ. മഹാബ്ധിയിലേക്ക പ്രവഹിക്കാ തിരിക്കാൻ കഴിയാത്ത ആന്തരിക നിർബന്ധവും ഉന്മാദവുമാണത്. റൂമിയും അക്കമഹാദേവിയും കബീറും ബാവുൽഗായകരും ടാഗോറും അനവധി മിസ്റ്റിക് കവികളും ആവിഷ്ക്കരിച്ചത് ആ സംലയനകാമന തന്നെയാണല്ലോ. കാമുകീകാമുകന്മാർ അറിയുന്നതും ആ അനുഭൂതി യുടെ വിദ്യുല്ലതകൾ. കാലദേശങ്ങളെ ഇച്ഛീകരിച്ച് പ്രണയം ലോകക വിതയിലെ നിതാന്ത പ്രചോദനസ്രോതസ്സായി നിലനിൽക്കുന്നതിന കാരണവും മറ്റൊന്നല്ല.

ഖലീൽ ജിബ്രാന്റെ പ്രവാചകൻ പ്രണയത്തെക്കുറിച്ച് ഇങ്ങനെ അരുളിച്ചെയ്യുന്നു.

1. പ്രണയം ഒന്നും സ്വന്തമാക്കി വയ്ക്കുന്നില്ല/പ്രണയത്തെ സ്വന്തമാ ക്കാൻ ആവുകയുമില്ല/പ്രണയം പ്രണയത്താൽത്തന്നെ സമ്പൂർ ണ്ണമാണല്ലോ.

2. പ്രേമിക്കുമ്പോൾ ദൈവം എന്റെ ഹൃദയത്തിലാണെന്നു പറയരുത്/ ഞാൻ ദൈവത്തിന്റെ ഹൃദയത്തിലാണെന്നു പറയുക

3. പ്രേമത്തിന്റെ ഗതി നിയന്ത്രിക്കാനാകുമെന്നു കരുതായ്ക/അർഹത യുണ്ടെങ്കിൽ പ്രണയം നിങ്ങളുടെ ഗതി നിയന്ത്രിച്ച് കൊള്ളും.

4. സ്വയം നിറയുകയല്ലാതെ പ്രണയത്തിന മറ്റൊരാഗ്രഹവുമില്ലല്ലോ.

'പ്രണയത്തിന്റെ പരമാനന്ദഗീതം'വായിച്ചുതീർത്തപ്പോഴുണ്ടായ അനുഭൂതിയിൽ നിന്ന് കുറിച്ച് പോയതാണ് ഒട്ടുനീണ്ട ഈ പശ്ചാത്തല വിചാരങ്ങൾ. അരുൺകുമാർ അന്നൂർ മലയാള സാഹിത്യത്തിൽ മുൻ മാതൃകകളില്ലാത്ത ഒരു കവിതാരൂപത്തിന ജന്മം കൊടുത്തിരിക്കുന്നു. പ്രണയത്തെക്കുറിച്ച് മാത്രം എഴുതപ്പെട്ട എഴുപതോളം കവിതകൾ. ഇണയെ അഭിസംബോധന ചെയ്യുകൊണ്ടും, പ്രണയത്തെ അഭിസം ബോധന ചെയ്യുകൊണ്ടും. ഒരേ പ്രമേയത്തെ ആസ്പദമാക്കി ഇത്രയും കവിതകൾ ആവർത്തനച്ചെടിപ്പില്ലാതെ എഴുതാൻ സാധിച്ചുവെങ്കിൽ ഈ കവിക്ക് പ്രണയഭാവത്തിന്റെ ആന്തരിക തരംഗദൈർഘ്യവു മായി സമീകരിക്കാൻ കഴിഞ്ഞുവെന്നു തീർച്ച. ഒരു സംഗീതജ്ഞൻ തന്റെ തംബുരു മുറുക്കി ശ്രുതിമീട്ടുന്നതുപോലെ പ്രണയത്തിന്റെ

സവിശേഷശ്രുതിയെ ഉപാസിക്കാനും അനുഗമിക്കാനും ഈ കവിക്ക് അനായാസം സാധിച്ചിരിക്കുന്നു.

ഇണയോട്ടുള്ള ആകർഷണവും ആസക്തിയും മാത്രമാണോ ഈ കവിതകളിലെ പ്രണയം? തീർച്ചയായും ഒരു കാമുകീസ്വരൂപം ഇവയിലൂടെ കാണാനാകും. എന്നാൽ ആ പരിമിതമായ അതിരുകൾക്കുള്ളിൽ കവി തന്റെ പ്രണയത്തെ തളച്ചിടുന്നില്ല. വൈവിധ്യമുള്ള ബിംബങ്ങളിലൂടെയും കല്പിതസന്ദർഭങ്ങളിലൂടെയും ആശയ സവിശേഷതകളിലൂടെയും ബിംബാവലിയുടെ നറുമയിലൂടെയും പ്രണയത്തിന്റെ നോവും നിർവൃതിയും ആകാംക്ഷയും ആകുലതയും ശാന്തിയും അശാന്തിയുമെല്ലാം ഈ കവിതകൾ പ്രസരിപ്പിക്കുന്നു.

പ്രണയത്തിന്റെ അന്ധാളിപ്പിക്കുന്ന വൈവിധ്യവും വൈരുദ്ധ്യവും കവിയെ രക്തത്തിൽ സ്നാനം ചെയ്യിക്കുന്നുണ്ട്.

അടുത്തിരിക്കുമ്പോൾ ഭസ്മമായിപ്പോകുന്നതും
അകലെയാകുമ്പോൾ അനന്തതയേക്കാൾ ഭാരമേറുന്നതുമായ
ആ വേദനയെ പ്രണയമെന്നോ ആനന്ദമെന്നോ
ഏതു പേരിട്ടു വിളിച്ചാലും അതിന്റെ സമ്മർദ്ദം
നിന്റെ അസാന്നിദ്ധ്യത്തിൽ എനിക്കെത്ര കാലം താങ്ങാൻ കഴിയും?

ജീവനും മരണവും ഉയിർപ്പുമാണ് പ്രണയം. അലിവും ആർദ്രതയും കാരുണ്യവുമാണ്. കൈയെത്തിപ്പിടിക്കാനാവാത്ത സ്വപ്നവും നീറിപ്പിടിക്കുന്ന യാഥാർത്ഥ്യവുമാണ്. ആസക്തിയും നിസ്സംഗതയുമാണ്. പ്രണയത്തിന്റെ രൗദ്രഭീകര മന്ദഹാസങ്ങൾ കവി കാണുന്നുണ്ട്. ഈ വൈരുദ്ധ്യഭാവങ്ങൾ കവിതയിൽ പലപ്പോഴും പകർത്തപ്പെടുന്നുണ്ട്.

നിനക്ക് രണ്ട ചിറകുകൾ/ഒന്ന ആനന്ദത്തിന്റെ ഋവെള്ള
മറ്റേതു കദനത്തിന്റെ കട്ടം കറുപ്പ്
നിന്റെ വിഹഗ സഞ്ചാരം/എന്റെ വിഭ്രമസ്വപ്നങ്ങളെ ഊട്ടുന്ന
നിന്റെ വിരഹപഞ്ചമം/എന്റെ നിദ്രകളെ അലോസരപ്പെടുത്തുന്ന.

മരണമെന്ന വിരാമചിഹ്നത്തെക്കുറിച്ചുള്ള അവബോധംകൊണ്ട് ആശങ്ക മൂടുന്ന ജീവിതത്തിൽ ജീവനക്ഷമത പകരാൻ പ്രണയത്തിനേ കെൽപ്പുള്ളൂ.

എന്റെ ഭയാനകമായ ശൂന്യതയെ
നിന്റെ പ്രണയം മറച്ചുപിടിച്ചിരുന്നു.

എന്ന് കവി തിരിച്ചറിയുന്നു. നീ വരുന്നതിന് മുമ്പ് ഞാനെരിച്ചുതീർത്തത് ജീവിതം പോലെ എന്തോ ഒന്നായിരുന്നുവെന്നു കവിക്കിപ്പോൾ ബോദ്ധ്യമുണ്ട്. നീയാണല്ലോ ജീവദായിനി.

പ്രണയമെന്ന അവസ്ഥയെ സൂക്ഷ്മ വിശകലനം നടത്തുന്ന എന്ന തുകൊണ്ട് ഈ കവിതകളിൽ മൂർത്തമായ കാമുകീകാമുകന്മാരില്ലെന്നു അർത്ഥമില്ല. ബൈബിളിലെ സോളമന്റെ ഉത്തമഗീതത്തെ അനു സ്മരിപ്പിക്കുന്ന വിഭ്രാമകമായ പ്രണയം ഈ കവിതയിൽ ഒളിച്ചവസി ക്കുന്നുണ്ട്. സോളമന്റെ കറുത്ത സുന്ദരിയെപ്പോലെ ഒരു കാമുകിയുടെ ചലനങ്ങൾ കാണാം ഇവിടെ.

അപ്പോഴും കാമുകിയെ ഒരു പെണ്ണുടൽ മാത്രമായി ചുരുക്കുകയല്ല; പ്രകൃതിയുടെ വൈവിധ്യത്തിലേക്ക അന്വയിക്കുകയാണ്. അതുവഴി ഈ കവിതകളിലെ പ്രണയം സാർവ്വലൗകികത കൈവരിക്കുകയാണ്. 'ഞാൻ നിന്നോട്ടുള്ള നന്ദി മാത്രമാണ്' എന്ന കവിതയിൽ ഈ ആശയോന്മീലനം കൂടുതൽ വ്യക്തമാവുന്നുണ്ട്.

ഈ പ്രണയം ജീവിതത്തിന്റെ ചക്രവാളസീമകളെ വിസ്തൃതമാക്കും. വിത്തിനുള്ളിലെ ജീവചൈതന്യം തോട്ടപൊളിച്ച ആകാശത്തിലേക്ക തളിർക്കൈകൾ നീട്ടും പോലെ ഞാൻ നിന്നിലേക്ക് വളരുന്ന വസന്ത ത്തിന്റെ ശാഖയാണെന്നു പറയുമ്പോൾ ആ നീ ആരാണെന്നു നമുക്ക അന്വേഷിക്കേണ്ടി വരുന്നു. നിന്നിൽ എല്ലാ വെളിച്ചങ്ങളും ഒത്തുകൂട്ടുന്നു. എല്ലാ വൈരുദ്ധ്യങ്ങളും സമന്വയിക്കുന്നു. പ്രണയം പൂർണ്ണതയിലേക്ക ള്ള രാജരഥ്യയാകുന്നു.

ജനനവും മരണവുമെന്ന രണ്ടു ബിന്ദുക്കൾക്കിടയിലെ വാഴ്വ് യാഥാർ ത്ഥ്യമോ സ്വപ്നമോ? ജീവിതത്തിൽ നിന്ന് സ്വപ്നത്തിലേക്കും സ്വപ്നത്തിൽ നിന്ന് ജീവിതത്തിലേക്കും വഴുതി വീഴുമ്പോൾ പൊട്ടാത്ത ചരടുപോലെ പിന്തുടരുന്നത് പ്രണയം മാത്രം. ജീവിതത്തിന്റെ ലഹരിയും ഉന്മാദവും കാമത്തിന്റെ കനലും കവിതയുമായി പ്രണയം സ്വയം ആവിഷ്കരി ക്കും. അവഗ്രഹതീതമായി നിലകൊള്ളുകയും ചെയ്യും. ജീവിതത്തിന്റെ ഉണ്മയെന്നത് പ്രണയമാണെന്ന ആശയത്തിലേക്ക് ഈ കവിതകൾ

അനുക്രമം ശാഖികൾ വിതിർക്കുന്നു. വാഴ്വിന്റെ പരമലക്ഷ്യം തന്നെ ഈ പ്രണയസാക്ഷാത്കാരമാകുന്നു.

നിന്നെ കാണവാൻ മാത്രമായ്/ഇവിടെ വന്നവനാണ് ഞാൻ
നിന്റെ പാട്ടു കേൾക്കവാൻ മാത്രമായ്/ഇവിടെ നിൽക്കവോനാണ് ഞാൻ
എനിക്കവേണ്ടി നീ അണിഞ്ഞൊരുങ്ങുന്നു
എനിക്കവേണ്ടി നീ സ്വപ്നങ്ങളതിർക്കുന്നു.
സൃഷ്ടിജാലത്തിൽ സ്രഷ്ടാവിനെ കണ്ട കവികളെല്ലാം അറിഞ്ഞതാണ്
ആ അനുഭൂതി.
നീയല്ലോ സൃഷ്ടിയും സ്രഷ്ടാ/വായതും സൃഷ്ടിജാലവും
നീയല്ലോ ദൈവമേ സൃഷ്ടി/ക്കുള്ള സാമഗ്രിയായതും

എന്ന് ശ്രീ നാരായണ ഗുരു. ടാഗോർ അതേ അവസ്ഥയെ അഭിവ്യ ഞ്ജിപ്പിക്കുന്നതിങ്ങനെ

എന്റെ ഹൃദയനായകാ/എനിക്കറിയാം
ഈ ഇലകളിൽ/ നൃത്തം വയ്ക്കുന്ന സുവർണ്ണപ്രകാശവും
ആകാശത്തിലൂടെ അലസമൊഴുകുന്ന മേഘജാലവും
നെറ്റിയിൽ കുളിരണിയിച്ച കടന്നു പോകുന്ന
ഈ തൈത്തെന്നലുമെല്ലാം
നിന്റെ പ്രേമമല്ലാതെ മറ്റൊന്നമല്ലെന്ന്(ഗീതാഞ്ജലി- 59)

എത്രയെത്ര ബിംബങ്ങളിലൂടെ ഈ കവി പ്രണയമെന്ന സത്യത്തെ ആവിഷ്ക്കരിക്കാനും അനുഭവിക്കാനും ശ്രമിക്കുന്നതെന്ന് ഈ കവിതകൾ നമ്മെ അത്ഭുതപ്പെട്ടുത്തും. പ്രണയം ബോധിവൃക്ഷമാണ്. തീയാണ്. കടലാണ്. പീഡാനുഭവമാണ്. പരമാനന്ദമാണ്. നിർവ്വചി ക്കാനാകാത്തത്, നിർവചിക്കുംതോറും വാക്കുകളെ പൊള്ളയാക്കുന്നത്.

പല തലങ്ങളിൽ വായിക്കേണ്ടപ്പെടേണ്ടതാണ് ഈ കൃതിയിലെ പ്രണയയാനം. ആ സാദ്ധ്യതയാണ് ഈ കവിതകളുടെ മാറ്റ്. ആത്മീയ തയുടെ പ്രണയമെന്നോ പ്രണയത്തിന്റെ ആത്മീയതയെന്നോ വിശേ ഷിപ്പിക്കാവുന്ന അകപ്പൊരുൾ കൊണ്ട് ഇതിലെ വരികൾ ത്രസിക്കുന്നു.

ഇത്രനാൾ അരികിലുണ്ടായിട്ടും
നിന്നെ ഞാൻ തിരിച്ചറിഞ്ഞില്ലല്ലോ?

ആത്മസത്യം തിരിച്ചറിയാൻ വൈകിയതിന്റെ പരിതാപമല്ലാതെ മറ്റെന്താണിത്? ആത്മജ്ഞാനം എന്ന ഉണ്മ ജീവിതത്തേക്കാൾ ചോതോഹരവും മരണത്തേക്കാൾ പ്രിയപ്പെട്ടതുമെന്ന് കവി എത്ര വ്യക്തമായി കണ്ടെത്തുന്നു! ജനിമൃതികളെ ഉല്ലംഘിക്കുന്ന ആ ബന്ധം

നിത്യപ്രണയമായി വെളിച്ചപ്പെട്ടതിന്റെ ഉന്മാദമാണ് ഈ കൃതിയുടെ പ്രസരണോർജം. കവിതകളുടെ ആന്തരിക ജ്യോതിസ്സാണ് ആ അറിവ്. വിരഹവും പ്രതീക്ഷയും കാത്തിരിപ്പും എല്ലാം സമ്മാനിക്കുന്ന മഹാപ്ര ണയമാണത്.

പ്രണയം ഉള്ളിലിരിക്കുമ്പോൾ ഹൃദയം ഒരു കനൽക്കട്ടയാകുന്നു.
എന്തൊരു വിങ്ങലാണ് ഈ ചെറിയ മാംസക്കഷ്ണം അനുഭവിക്കുന്നത്!
എത്ര ആത്മാർത്ഥവും സത്യസന്ധവുമാണ് ഈ അനുഭവസാക്ഷ്യം!

ഭാരതീയസാഹിത്യത്തിൽ ആത്മീയകവിതയുടെ സമൃദ്ധമായ ധാരയുണ്ടെങ്കിലും ഓരോ കവിയും പ്രണയത്തെ അനുഭവിക്കുന്നതും ഉപാസിക്കുന്നതും തനത് ശൈലിയിലാണ്. അന്യാദൃശ്യമായ പ്രചോ ദനസമൃദ്ധികൊണ്ട് സാധാരണ ദൃശ്യങ്ങളിൽ അസാധാരണത്വം ആരോപിക്കാനും കല്പനകളെ ജീവസ്സുറ്റതാക്കാനും അരുൺകുമാറിന അനായാസം സാധിക്കുന്നു. മഹാകവികളോടൊപ്പം കാവ്യാരാമത്തിൽ വിഹരിക്കുവാൻ തനിക്ക കഴിയുമെന്ന് കവി തന്റെ രചനയിലൂടെ പ്രഖ്യാ പിക്കുന്നുണ്ട്. ടാഗോറിനോടും സൂഫികളോടുള്ള കടപ്പാട് മറച്ചുവയ്ക്കുന്നില്ല ഈ കവി. പക്ഷെ ഭാവസാന്ദ്രതയിലും ആവിഷ്ക്കാര നൂതനത്വത്തിലും ഈ കവിതകൾ ഏതു വിശിഷ്ട മാതൃകയെയും അതിശയിപ്പിക്കുന്നു. കാവ്യഭാഷയിന്മേലുള്ള കവിയുടെ സർഗാത്മകമായ കോയ്മ ഓരോ വരിയിലും നക്ഷത്രവിന്യാസം നടത്തുന്നു.

ആത്മീയതയെന്നാൽ കാപട്യമാണെന്നു എപ്പോഴോ ധരിച്ചുപോയ ഒരു വിഭാഗം പാവം മലയാളിക്ക് അനുഭവിക്കാൻ കഴിയാതെ പോകുന്ന ഒരു പുഷ്പിതസാനുവിന്റെ സൗന്ദര്യദർശനവും അതിന്റെ അപാരതയും അനിർവചനീയതയും അനുഭവിപ്പിക്കുന്ന ഈ കവിതകൾ നിറവേറ്റുന്ന ദൗത്യം ഒരുപക്ഷേ ഇന്നത്തെ സാംസ്കാരികാന്തരീക്ഷത്തിൽ പൂർണ്ണ മായി മനസ്സിലാക്കപ്പെട്ടുമെന്ന കരുതുക വയ്യ. എങ്കിലും ഈ കവിതകൾ നിറവേറ്റുന്ന ആത്മീയദൗത്യം മലയാള കവിതാചരിത്രത്തിൽ അടയാള പ്പെട്ടുക തന്നെ ചെയ്യും. പ്രപഞ്ചം മുഴുവൻ നിറഞ്ഞുവിങ്ങുന്ന അപാരമായ പ്രണയസൗന്ദര്യത്തിന്റെ ദിവ്യദർശനം അനുഭവിക്കാൻ ഓരോ വ്യ ക്തിക്കും അർഹതയുണ്ടായിരിക്കേ അതിലേയ്ക്ക് തുറക്കുന്ന മാന്ത്രികജാ ലകം തുറന്നിടുന്ന ഈ കവിതകളെ എങ്ങനെ അവഗണിക്കാനാകും? പ്രണയിക്കുന്ന ഓരോ നിമിഷവും നാം ജീവിതത്തിന്റെ വിശുദ്ധിയിലേ ക്ക് ദത്തെടുക്കപ്പെടുന്നു എന്നു കവി നിരീക്ഷിക്കുമ്പോൾ നമ്മുടെ ജീവിതവിശുദ്ധിയ്ക്ക മങ്ങലേൽക്കരുതേ എന്ന പ്രാർത്ഥന നാം സ്വയം ഉരുവിടുന്നു.

വിശുദ്ധിയുടെ പ്രണയവാഗ്ദാനം പോലെ, അപാരതയുടെ അംഗുലീയം പോലെ നിസർഗനിർവൃതിയിലും നിരുപമപ്രചോദന ത്തിലും പ്രണയാഗ്നിയുടെ നീറ്റലിലും രചിക്കപ്പെട്ട ഈ കവിതകൾ വായിക്കാൻ കഴിഞ്ഞതേ സൗഭാഗ്യം. ജീവിതത്തിന്റെ വിസ്മയസൗന്ദര്യ ങ്ങളിൽ വിശ്വസിക്കുന്ന വായനക്കാർ ഇവ വായിക്കുന്നതോർക്കുമ്പോൾ അതിലേറെ സന്തോഷവും പ്രതീക്ഷയും. ഈ കവിതകളിൽ മലയാളക വിത നവീനമായൊരു സർഗ്ഗകാന്തിയിൽ തിളങ്ങുന്നു. കവിതയ്ക്ക് ഏറെ നാളായി നഷ്ടപ്പെട്ട ആ തിളക്കം നമ്മെ കോൾമയിർകൊള്ളിക്കും. ഉണ്മയിലേക്ക് ഉണർത്തും.

ഈ കവിതകൾ നമുക്ക് സമ്മാനിച്ച കവിയെക്കുറിച്ചുള്ള അഭിമാന ത്തോടെയും, ഇവ വായനക്കാരോടൊപ്പം ദീർഘകാലം ജീവിക്കുമെന്ന ബോദ്ധ്യത്തോടെയും അരുൺകുമാർ അന്തൂരിന്റെ 'പ്രണയത്തിന്റെ പരമാനന്ദഗീതം' സമർപ്പിക്കുമ്പോൾ എന്തെന്നില്ലാത്ത സംതൃപ്തി ഞാൻ അനുഭവിക്കുന്നു.

എന്റെ വെളിപാട് പുസ്തകത്തിൽ
എനിക്ക് നീ പ്രിയപ്പെട്ടൊരു വചനം
എന്റെ സൗവർണ്ണ സ്വപ്നത്തിൽ
എന്നും ജ്വലനപ്പെട്ടൊന്നൊരു മേഘം
ഹേ സ്ത്രീയേ,
ജീവിതത്തിന്റെ അപരഗീതമേ
നിന്റെ ചുണ്ടുകൾ എന്റെ മുറിവുകളാണ്
നീ ചിരിക്കുമ്പോൾ
എനിക്ക് വേദനിക്കുന്നത് അതിനാലത്രേ

ഗാഢമായ് തന്നെ നീ ചുംബിക്ക!
ആഴത്തിലാണെന്റെ മുറിവുകൾ

ഭാഗം ഒന്ന്
പ്രണയത്തിന്റെ പരമാനന്ദഗീതം

ഓ വസന്തമേ,
നീ എന്റെ രക്തത്തിൽ
സ്നാനം ചെയ്യുക

എന്റെ ജീവിതത്തിന്റെ നിയമം ഞാനൊരു പുസ്തകമാക്കി
ആ പുസ്തകം വായിച്ച ആദ്യ വ്യക്തി നീയാണ്
അങ്ങനെ നീയെനിക്ക് പ്രിയപ്പെട്ടവളായ് ഭവിച്ച
എന്റെ അക്ഷരങ്ങൾ നിന്നെ വരിഞ്ഞുമുറുക്കുന്നതായും
നിന്റെ സ്വപ്നങ്ങളിൽ ഞാൻ കേഴുന്നൊരു വനഗായകനായ്
മാറുന്നതായും ഒരിക്കൽ നീ എന്നോട പറഞ്ഞു
എന്റെ മിഴിത്തുമ്പിലെ ആദ്യ പെൺകൊടി നീയല്ല
എന്റെ ഹൃദയത്തിൽ വാസമുറപ്പിച്ച ആദ്യവസന്തം തന്നെ
എന്റെ നോട്ടങ്ങളിലെ അവസാന നക്ഷത്രമല്ല നീ
എന്റെ സ്വപ്നങ്ങളിൽ ജീവിച്ച മറ്റൊരു സ്വപ്നം തന്നെ

ആകാശത്ത് മേഘങ്ങളെന്നപോലെ
എന്റെ ചിന്തകളിൽ എല്ലായ്പ്പോഴും നിന്റെ ചിത്രങ്ങൾ മാത്രം
ശൂന്യതയിൽ നിന്നെങ്ങാൻ നിന്റെ ഒച്ച പൊങ്ങിവന്നാലോ
എന്നുള്ള പ്രതീക്ഷയിൽ മറ്റെല്ലാ ശബ്ദങ്ങളെയും റദ്ദുചെയ്ത്
ഞാനിവിടെ മൗനങ്ങൾക്ക് വിട്ടപണിചെയ്ത് ജീവിക്കുന്ന
ഒരു ചിലന്തിയെന്നപോലെ നീയെന്നിലേക്ക് വലനെയ്ത്
ഒരു പോരാട്ടത്തിനുള്ള കോപ്പുക്കൂട്ടുന്ന
നിന്റെ വലയിൽ എന്റെ മരണം മാത്രമല്ല,
എന്റെ ജീവിതത്തിന്റെ കനി കൂടിയുണ്ടെന്ന തിരിച്ചറിവിൽ
ഞാൻ നിന്നിലേക്ക് ഓടിയെത്തുന്നു

നേരിട്ട് കാണുമ്പോൾ പറയാനരുതാത്തളും
അകന്നുപോകുമ്പോൾ ഹൃദയം നിറയ്ക്കുന്നതുമായ
വാക്കുകളുടെ ഈ പ്രവാഹം ഞാനെങ്ങനെ
ഒരു കരിയിലത്തുമ്പുകൊണ്ട് മൂടിവയ്ക്കും?
അടുത്തിരിക്കുമ്പോൾ ഭസ്മമായിപ്പോകുന്നതും
അകലെയാകുമ്പോൾ അനന്തതയേക്കാൾ ഭാരമേറുന്നതുമായ
ഈ വേദനയെ പ്രണയമെന്നോ ആനന്ദമെന്നോ
ഏത് പേരിട്ട് വിളിച്ചാലും അതിന്റെ സമ്മർദ്ദം
നിന്റെ അസാന്നിദ്ധ്യത്തിൽ എനിക്കെത്ര കാലം താങ്ങാനാകും?

നിന്നെ എങ്ങനെ സ്നേഹിക്കണമെന്നറിയില്ല
എത്രമാത്രം സ്നേഹിക്കണമെന്നുമറിയില്ല
ഭാവനകളുടെ അനന്തതയ്ക്കപ്പറം
ചിറകുകൾ നീർത്തിയെന്റെ ചേതന പറന്നുപോകുമ്പോൾ
ഒരു വേള നീ കൂടെയുണ്ടായിരുന്നെങ്കിൽ
എന്നു ഞാൻ നിനയ്ക്കാത്ത നോവുകളില്ല
നിനക്കായ് ഞാനെഴുതുന്ന
ഈ പ്രണയലേഖനത്തിലെമ്പാടും
എന്റെ രക്തത്തുള്ളികളാണെന്നറിക
ഈ പ്രണയപുസ്തകം ഒരു രക്തപ്പുഴയാകുന്നു
അത് നിന്റെ ഹൃദയമെന്ന മാംസക്കഷ്ണം തേടിയുഴറുന്ന
ഓ വസന്തമേ,
നീ എന്റെ രക്തത്തിൽ സ്നാനം ചെയ്യുക!
എന്റെ സ്വപ്നങ്ങൾ നീ ഏറ്റുവാങ്ങുക!!

  പ്രണയത്തിന്റെ പരമാനന്ദഗീതം

ഉയിർപ്പിന്റെ സൂര്യൻ

ഏതെങ്കിലും ഒരോമനപ്പേരിൽ പ്രിയേ
നിന്നെ ഞാൻ എങ്ങനെ വിളിക്കും?
ഈ പ്രപഞ്ചത്തിലെ മനോഹരനാമങ്ങളെല്ലാം
നിന്റെ വിശേഷങ്ങൾ വിളിച്ചചൊല്ലുന്ന
നീയെന്നെ കൈവെടിഞ്ഞാൽ ഞാൻ എന്ത ചെയ്യുമെന്ന്
എനിക്ക് നിശ്ചയമില്ല
പക്ഷേ, പിന്നീടൊന്നും തന്നെ ചെയ്യാതിരിക്കുക എന്നതിലായിരിക്കും
എന്റെ ഹൃദയം മുഴുകുക എന്ന കാര്യത്തിൽ എനിക്ക് തീർപ്പുണ്ട്

വൈരാഗ്യത്തിന്റെ വിരസതയിലായിരുന്ന
ഞാൻ പിറന്നതും വളർന്നതും
കൗമാരത്തിന്റെ ഗ്രഹയിൽ
ഞാൻ ഭയന്നിരിക്കുന്ന ഒരു പക്ഷിക്കുഞ്ഞായിരുന്ന
യൗവനാരംഭത്തിൽ നിന്നെ ആദ്യം കണ്ടനാളിൽ
എന്നിൽ ജീവിതാനന്ദത്തിന്റെ വസന്തം നൃത്തമാടി
അനന്തശ്രുതികളുടെ സംഗമമായിരുന്ന നിന്റെ ദേഹം
നിന്റെ നോട്ടത്തിൽ നിന്ന് എന്റെ ഉയിർപ്പിന്റെ സൂര്യനയർന്ന
നീയറിയാതെ നിന്റെ ചലനങ്ങൾ എന്നെ പ്രലോഭിപ്പിച്ച
സ്വർഗ്ഗം മണ്ണിൽ തന്നെ എന്ന വേദാന്തം
എനിക്ക് അനുഭവത്തിലൂടെ വെളിപ്പെട്ടു
തീർത്തും വിഭിന്നമായ ഇത്തരമൊരു ജ്ഞാനസമ്പാദനത്തിന്
ഞാൻ നിന്നോടല്ലാതെ മറ്റാരോടാണ് നന്ദി പറയേണ്ടത്?

നിന്റെ ഉള്ളിൽ നീറുന്ന ഒരു നക്ഷത്രത്തെ
നീ തിരിച്ചറിയുന്നുണ്ടെങ്കിൽ
എന്റെ ഓമലേ,
അടുത്ത വരൂ,
അതിന്റെ സ്പന്ദനത്തിലാണ് ഞാൻ നിലനില്ക്കുന്നത്

ജന്മാന്തരങ്ങളായ് നിലവിളിച്ചുകൊണ്ടിരിക്കുന്ന ഒരു വേദന

നിന്നോട്ടുള്ള പ്രണയത്താൽ രക്താഭമായ്ത്തീർന്ന
എന്റെ ഹൃദയം
മൂടിപ്പൊതിഞ്ഞ്
നീയെന്നും പോകുന്ന വഴിയിൽ
ഞാൻ കൊണ്ടുവച്ച
നിന്റെ അശ്രദ്ധമായ പാദങ്ങൾ അത് തട്ടിത്തെറിപ്പിച്ച
നിന്റെ സുന്ദരമിഴികൾ കണ്ടില്ല-
അതിൽ ഒളിപ്പിക്കപ്പെട്ട സ്നേഹത്തെ
നിന്റെ ലോലങ്ങളായ കാതുകൾ കേട്ടില്ല-
ജന്മാന്തരങ്ങളായ്
അതിൽ നിലവിളിച്ചുകൊണ്ടിരിക്കുന്ന ഒരു വേദനയെ

എന്റെ ഹൃദയം മുറിവേറ്റ ഒരു മുളന്തണ്ടാണ്
അതിൽ നിന്നത്ഭവിക്കുന്ന ഓരോ ഗാനങ്ങളും
നിന്നോട്ടുള്ള എന്റെ വിലാപങ്ങളാണ്
വൃന്ദാവനവും സഖികളമില്ലാത്ത കൃഷ്ണനാണ ഞാൻ
നിന്റെ ഓർമ്മകളുടെ പുൽമെത്തയിൽ
ശവാസനത്തിൽ കിടപ്പാണ് ഞാൻ
നിന്റെ ആർദ്രതയുടെ കടൽഭിത്തിയിൽ തട്ടി
എന്റെ ജന്മാന്തരഖേദങ്ങൾ അലമുറയിട്ടന്ന
ആനന്ദത്തിന്റെ ഏകാഗ്രതയിൽ കുടികൊള്ളുന്ന

നിന്റെ സങ്കല്പങ്ങൾ എന്റെ വിലാപം കേൾക്കുമോ?

എന്റെ വികാരത്തിന്റെ പായ്ക്കപ്പലുകൾ
നിന്റെ നിസ്സംഗതയുടെ പാറക്കെട്ടുകളിൽത്തട്ടി ചിതറിത്തെറിക്കുന്ന
നിന്റെ വെളിച്ചത്തിന്റെ സൂര്യപ്രഭയിൽ സ്വയം കണ്ണുകൾ പൊത്തി
അന്ധനാകാനേ എനിക്ക് കഴിയൂ
നിന്റെ വെളിപ്പെടൽ എന്നെ ഇരുട്ടിലേക്കാട്ടിപ്പായിക്കുന്ന
സ്നേഹമില്ലായ്മ ജീവിതത്തിലെ ആദ്യ മരണമാണ്
അത് അവസാനത്തെ മരണത്തേക്കാൾ ഏറെ ഭീകരമാകുന്നു

ഞാനെന്റെ പ്രണയം ഇതാ സ്വപ്നത്തിന്റെ തളികയിൽ വച്ച്
നിനക്ക് പകരുന്നു
പിൻനിലാവെന്ന് ആക്ഷേപിച്ചാലും
നീയതിനെ തിരസ്ക്കാരത്തിന്റെ ഇരുട്ട് കൊണ്ടു മൂടരുതേ
പ്രണയം ഒരു യാചനാഗാനമാണ്
അത് ഉറപ്പില്ലായ്മയുടെ മലമടക്കുകളിൽ നിന്ന്
വികാരതീവ്രതയുടെ താഴ്വാരങ്ങളിലേക്ക് കലംകുത്തിയൊഴുകുന്ന

 പ്രണയത്തിന്റെ പരമാനന്ദഗീതം

നിന്റെ കണ്ണിൽ എന്റെ നക്ഷത്രം പൊട്ടിത്തെറിക്കുന്നു

'നീ എന്റെ ആത്മമല്ല, നിന്നിൽ എന്റെ നക്ഷത്രങ്ങളില്ല,
ഞാൻ തേടിയ ആകാശം നീയല്ല,
നമ്മൾക്കിടയിൽ ഇനി പ്രണയത്തിന്റെ വസന്തങ്ങൾ വേണ്ട'
എന്നെല്ലാം ചൊല്ലി
ഒരിക്കൽ നീ വിടപറഞ്ഞകന്ന സന്ധ്യ
ഇന്നും എന്റെ ഓർമ്മയിൽ
ഒരു വിഷസർപ്പത്തിന്റെ നർത്തനം സാദ്ധ്യമാക്കുന്ന
എന്റെ പ്രണയത്തിന്റെ കളിവള്ളം
നീ പേടിപ്പെടുത്തുന്ന അലകളമായി വന്നതകർത്ത
എന്റെ കുഞ്ഞുപൂച്ചെടി നീ പുഴക്കിയെറിഞ്ഞു
നിന്റെ ഹൃദയം ഒരു പൂവാണെന്ന് ഞാൻ ചിന്തിച്ചിരുന്ന
അതൊരു മുള്ളം ആയിക്കൂടെന്നില്ലെന്ന് ഞാനിപ്പോളറിയുന്ന
എന്നെ കാണുമ്പോൾ നിനക്കെന്തെ പരിഹാസമാണ്!
ഹാ! ഹൃദയം പൊടിയുന്ന വേദനയുടെ നേർക്ക്
ലോകത്തിലെ ഏറ്റവും വലിയ കഠിനതയ്ക്ക് മാത്രമേ ചിരിക്കുവാനാക്ക!
പ്രിയപ്പെട്ടവളേ, എനിക്കോ നിനക്കോ പ്രിയപ്പെട്ടതാകാൻ
വഴിയില്ലാത്ത
തികച്ചും അശുഭകരമായ ആ സൗന്ദര്യത്തെച്ചൊല്ലി
എങ്കിലും ഞാനിന്നും ദുഃഖിക്കുന്ന

ഓ! എന്റെ സ്നേഹമേ,
നിന്നെയോർത്ത് മഹാപ്രളയത്തിൽ

ഒരു കച്ചിത്തുരുമ്പിലെന്നപോലെ
എന്റെ പ്രണയം നിലവിളിക്കുന്നു
അതിനെ സവിശേഷമായൊരു അത്ഭുതനൃത്തം
എന്ന് നീ പരിഹസിക്കുന്നു
നോക്കൂ, നിന്റെ കണ്ണിൽ എന്റെ നക്ഷത്രം പൊട്ടിത്തെറിക്കുന്നു
എത്ര കണ്ടാലും മതിവരാത്ത ഒരു സ്വപ്നമാണ നീ
എത്ര ഓർത്താലും മടുക്കാത്ത ഒരോർമ്മ
നിന്നെ ഞാൻ എന്റെ ജീവനിൽ പടർത്തും
എത്ര ചുംബിച്ചാലും മതിവരാത്ത ആനന്ദം നീ,
എത്ര കൊഴിഞ്ഞാലും വിടർന്നു കൊണ്ടേയിരിക്കുന്ന പൂവ്
എന്റെ ശിരോനാഡ്ഡിയിൽ നീ തന്നെ നക്ഷത്രസ്വപ്നങ്ങൾക്ക് കൂട്ട്

 പ്രണയത്തിന്റെ പരമാനന്ദഗീതം

സ്പർശനങ്ങളുടെ വിദൂരത

നിന്റെ ഓരോ വരവും ഓരോ പിറവിയാണ്
നിന്റെ ഓരോ വിടപറയലും ഓരോ മരണമാണ്
നിന്റെ തിരുമുറ്റങ്ങളിൽ ഞാൻ പിച്ചവച്ച നടക്കുന്ന
നിന്റെ മുലയുണ്ടെന്റെ ബാല്യം തടിച്ചകൊഴക്കുന്ന
നിന്റെ അരക്കെട്ടിന്റെ വിരഹകാണ്ഡങ്ങളിൽ
എന്റെ നഗ്നയൗവനത്തിന്റെ സഹശയനങ്ങളരങ്ങേറുന്ന
നിന്റെ സ്പർശനങ്ങളുടെ വിദൂരതയിൽ
എന്റെ ദൈവത്വം മയങ്ങിക്കിടക്കുന്ന
നീ എനിക്കൊരു പോരാട്ടവും സഹനവുമാകുന്ന
പരാക്രമവും പിന്നോട്ടടിക്കല്യമാകുന്ന
നിന്നിൽ എന്റെ പതാകകൾ ഉയർത്തപ്പെടുന്ന
ഒരു പുലരിയിലേക്കാണെന്റെ പ്രയാണം
നിനക്കായ് എന്റെ ഓരോ ഞരമ്പും ഗർജ്ജനംചെയ്യുന്ന
നിന്റെ ആഡംബരത്തിന്റെ അമ്മതരന്ധ്രങ്ങളിൽ
ഞാൻ നിസംഗതയുടെ നാഗദന്തങ്ങളാൽ ആഞ്ഞുകൊത്തും
നിന്റെ പുലരിയുടെ ചെരുവിൽ ഞാൻ ഇരുളിന്റെ മേഘലമാകും
നിന്റെ വെളിപാട്ടുകളുടെ വേദനയിൽ
ഞാൻ പരിഹാസത്തിന്റെ വാൾ വീശും
ദയനീയമായ നിന്റെ കീഴടങ്ങലുകളിൽ
ഞാൻ ഉന്മാദിയുടെ കിരീടമണിയും
നിഗൂഢമായ നിന്റെ തപസ്ഥലിയിലേക്ക്
ഒറ്റയ്ക്കാണെന്റെ യാത്ര
വൈകാരികതയുടെ വിസ്തൃതവനതടങ്ങൾ കടന്ന്

നിരന്തരം ശാന്തമായിക്കൊണ്ടിരിക്കുന്ന
നിന്റെ രൗദ്രഭീകരമന്ദഹാസത്തിലേക്ക്
ഞാൻ അടിവച്ചടുക്കുമ്പോൾ
സ്വർഗ്ഗമെന്നത് ഒരു ശിശുവിന്റെ ധ്യാനമൗനമായിത്തീരും
ഈ മഹത്തായ വിപ്ലവത്തിന് കൂട്ടപോരുന്നത്
പ്രപഞ്ചമപ്പാടെയാണ്
വിശാലവും സുന്ദരവുമായ നിന്റെ മിഴികളിൽ
ഞാൻ വീണലിയുന്ന നിമിഷം എങ്ങും വിജയാരവങ്ങൾ മുഴങ്ങും
നിന്റെ ഓരോ രക്തകോശങ്ങളിലും
എന്റെ ആനന്ദം പുഷ്പിച്ചനടക്കുമ്പോൾ
മുന്നേറ്റം പൂർണ്ണമാകും
നീ ഞാൻ തന്നെയാകും

 പ്രണയത്തിന്റെ പരമാനന്ദഗീതം

കനലുരുക്കുന്ന വിഹ്വലതകൾ

ഞാനറിഞ്ഞതിൽവച്ച്
ഏറ്റവും ജൈവികമായ ഭാഷ നിന്റെ ദേഹമാകുന്നു
എല്ലാ ഭാഷകളിലെയും മനോഹരകവിതകൾ
അതിലേക്ക് മൊഴിമാറ്റം ചെയ്യപ്പെടുന്നു
നിന്നെ വിശേഷിപ്പിക്കാത്ത വാക്കുകൾക്ക്
അവയുടെ വിശുദ്ധി നഷ്ടപ്പെടുന്നു
നിന്നെ പുണരാത്ത വസന്തങ്ങൾക്ക് സുഗന്ധം നഷ്ടപ്പെടുന്നു
നീ എന്റെ സ്വപ്നങ്ങളുടെ തുടർച്ചയാകുന്നു
നിന്റെ ഗാനം എന്റെ ഹൃദയത്തിന്റെ കയ്യൊപ്പ് തന്നെ
അതെന്റെ ആത്മാവിൽ മുദ്രിതമായിരിക്കുന്നു

മനസ്സ് ശുഭമായിരിക്കുമ്പോൾ
ഞാൻ നിന്റെ രൂപം ഓർത്തെടുക്കുന്ന
ഹൃദയപാളിയിലേക്ക് ഒരിക്കൽ മാലാഖമാർ പതിപ്പിച്ച
ഒരു ചിത്രമാകുന്നു നീ
പനിനീർപ്പൂ ചൂടിയ മൗനം.
മനസ്സ് അസ്വസ്ഥമായിരിക്കുമ്പോഴെല്ലാം
ഞാൻ നിന്റെ നാമമുരുവിടുന്നു
കാമത്തിന്റെ അഗ്നിവനത്തിലേക്ക പ്രവേശിക്കുംമുമ്പ്
ഞാൻ കണ്ട പ്രേമത്തിന്റെ ഹിമഗിരിയാകുന്നു നീ
എനിക്ക് നിന്റെ താഴ്വാരങ്ങളിൽ
ഒരന്വേഷകനെപ്പോലെ അലയുവാൻ തോന്നുന്നു
സ്നേഹം കനലുരുക്കുന്ന നിന്റെ വിഹ്വലതകളിൽ
എനിക്ക് ഒരു പച്ചിലയുടെ പ്രതീക്ഷയാകണം

അഗ്നിനദിയുടെ പ്രവാഹച്ചിറക്

എനിക്ക് വേണ്ടത് ഒരു ചാട്ടയാണ്
സ്വയം ശിക്ഷിക്കാൻ.
വരൂ പ്രണയിനീ,
ഉന്മാദത്തിന്റെ അക്ഷരങ്ങളിൽ കാൽ വച്ച് വരൂ-
തിരസ്കാരത്തിന്റെ വിഷമുള്ളമായ്.
നിന്റെ താഡനം എനിക്ക് മധുരസ്പർശം
എന്നെ ക്രൂരമായ് തന്നെ നീ ദണ്ഡിക്ക-
ഹൃദയത്തിൽ നിന്നു ചോര ഒരു പുഴയായ് ഒഴുകും വരെ
എന്തെന്നാൽ എനിക്ക് പ്രണയമെന്നത്
എന്നെ കുരിശേറ്റുന്ന ഒരു പ്രവർത്തനമാകുന്നു

നമ്മൾ നിലയ്ക്കാത്തൊരോളമാകുന്നു
ഞാൻ നിന്നിലും നീയെന്നിലും നൃത്തമാട്ടുന്നു
നമ്മുടെയുള്ളിൽ ഒരു സാഗരമിരമ്പുമ്പോഴും
നാം ദാഹം തീർക്കാൻ
ഒരിറ്റ നീരിനു കേഴുന്ന ഭിക്ഷാംദേഹികളാകുന്നു
നീയാണെന്റെ രഹസ്യം
നിന്നെ വെളിപ്പെടുത്താനാണെന്റെ ശ്രമം
നീയാണെന്റെ വേദന
നിന്നിൽ ജീവിക്കാനാണെന്റെ മോഹം
നീയാണെന്റെ സ്വപ്നം
നിന്നിൽ പുലരാനാണെന്റെ കൗതുകം

ഞാൻ പാതിവഴിയിൽ അപ്രത്യക്ഷമാകുന്ന ഒരു പുഴ
നീ എന്റെ തീരത്തിരിക്കുന്നു
നിന്റെ കണ്ണീരിന്റെ തുടർച്ചയാകുന്നു എനിക്ക ജീവിതം
നിന്റെ ഒഴുകുന്ന ചോരച്ചാലിൽത്തന്നെ എനിക്ക് പുനർജന്മം
വേദനയുടെ മഞ്ഞുതുള്ളികൾ പുരണ്ട ജാലകത്തിലൂടെ
ഞാൻ നിന്നെ നോക്കിനില്ക്കുന്നു
എന്റെ കാഴ്ചയിലെല്ലായ്പ്പോഴും നിന്റെ മുഖം
രോദനത്തിന്റെ ഒരു വക്രശില തന്നെ
നിനക്ക് രണ്ടു ചിറകുകൾ
ഒന്ന് ആനന്ദത്തിന്റെ ഇളവെള്ള
മറ്റേത് കദനത്തിന്റെ കട്ടംകറുപ്പ്
നിന്റെ വിഹഗസഞ്ചാരം
എന്റെ വിഭ്രമസ്വപ്നങ്ങളെ ഊട്ടുന്ന
നിന്റെ വിരഹപഞ്ചമം
എന്റെ നിദ്രകളെ അലോസരപ്പെടുത്തുന്ന
നിന്റെ ചലനത്തിന്റെ തെരുവിൽ
ഞാൻ പുലരി കാത്തുനില്ക്കുന്നു
നിന്റെ ചൈതന്യത്തിന്റെ ബിന്ദുവിൽ
ഞാൻ ഒറ്റക്കാല്ലന്നി നൃത്തം ചെയ്യുന്നു

ഹൃദയം ചീന്തിയെടുത്ത്
ഒരിലയിൽവച്ച് ഞാൻ നിനക്ക് നല്ലാം
അതിൽ തുടിക്കുന്ന സ്നേഹം നീ കാണുക
അതിന്റെയുള്ളിൽ ജ്വലിക്കുന്ന വേദന നീ അറിയുക
ഞാൻ പൊടിഞ്ഞില്ലാതാകുന്ന ഒരു ശില
ഹേ അഗ്നിനദീ, എന്നെ
നിന്റെ പ്രവാഹത്തിൻ ചിറകിന്നടിയിലൊളിപ്പിച്ചാലും!

രക്തമൊലിക്കുന്ന ഹൃദയവുമായി

ഇത് ഒരു പ്രണയലേഖനമാണ്
എന്നിൽ നിന്ന് നിന്നിലേക്ക് എത്തപ്പെടുന്നതിൽ ആദ്യത്തേത്
നിനക്ക് മുമ്പ് എന്റെ സ്നേഹം പങ്കിട്ടെടുത്തത്
ചിറകൊടിഞ്ഞ കിളികളും മണ്ണോടമർന്ന പൂക്കളും
കാറ്റുമൂടിയൊരാകാശവുമൊക്കെയായിരുന്നു

രക്തമൊലിക്കുന്ന ഹൃദയവുമായി
ഓരോ മൺതരിയോട്ടും ഞാൻ സംസാരിച്ചു
ജീവിതത്തിന്റെ രഹസ്യം തേടി
ഓരോ കാറ്റകളിലും ഞാൻ സഞ്ചരിച്ചു
എന്നെക്കുറിച്ചുള്ളതെല്ലാമറിയാൻ
ഞാനീ പ്രപഞ്ചമൊക്കെയും അലഞ്ഞുനടന്നു
ഇപ്പോൾ സജലങ്ങളായ നിന്റെ മിഴികളിൽ
ഞാനെന്റെ ദിക്ക കാണുന്നു
സ്വപ്നങ്ങളുടെ കൂട്ട കാണുന്നു

എന്തിനാണ് യന്ത്രങ്ങളെപ്പോലെ
നാം സ്നേഹം മറച്ചവയ്ക്കേണ്ടത്?
അതിൽ എന്താണിത്ര മൂടപ്പെടാനുള്ളത്?
സ്നേഹം എന്നയപോലും ഒരു പ്രകാശനമല്ലേ?
അനന്തവും അവാച്യവുമായതിന്റെ മാസ്മരികമായ പ്രഫുല്ലനം!
സ്നേഹത്തെ എതിർക്കുന്നവർ സത്യത്തിൽ അതിനെ ഭയപ്പെടുന്നു
സ്നേഹം ഒരു പോരാട്ടമാണ്

അതിനു നേരെ നീളുന്ന എല്ലാ മുന്നേറ്റങ്ങളെയും
ഹൃദയത്തിന്റെ ജ്വാലയാൽ അത് ഭസ്മീകരിക്കുന്നു

ജീവിക്കുക എന്നതിന് മറ്റൊരർത്ഥം കൂടിയുണ്ട്
സ്നേഹിക്കുക എന്നതാണ്
സ്നേഹത്തിലായിരിക്കുമ്പോൾ
വെറുതെയിരിക്കുമ്പോൾ പോലും ആരും ഒറ്റയ്ക്കാവുന്നില്ല
(സ്നേഹിച്ച് കൊതി തീരാതെ മരിക്കുമ്പോൾ
നാമൊന്നും പൂർണ്ണമായ് മരിക്കാത്തത് പോലെ)
മരിക്കുംവരെ മാത്രമേ
നിന്നെയെനിക്ക് സ്നേഹിക്കാൻ കഴിയൂ
എന്ന തിരിച്ചറിവ് എന്നെ ഭയചകിതനാക്കുന്നു
ഒരിക്കൽ എല്ലാമുപേക്ഷിച്ച് വന്നിടത്തേക്ക് തന്നെ പോകണമെന്ന
ആ അജ്ഞാതമായ ആജ്ഞ എന്നെ ദുർബലനാക്കുന്നു
പ്രതീക്ഷകളുടെ കുമിളകൾക്ക് മേലെ വിരിഞ്ഞ
ജീവിതമെന്ന ഈ മഹത്തായ വഞ്ചന-
അതിന്
ഞാനാരെ പഴി പറയും?
പ്രകാശത്തേയോ? ഇരുളിനേയോ?

നീ എന്നോടൊത്തുണ്ടായിരുന്നപ്പോൾ
എനിക്കെന്തൊക്കെയോ ഉണ്ടായിരുന്നു
എന്റെ ഭയാനകമായ ശൂന്യതയെ
നിന്റെ പ്രണയം മറച്ചപിടിച്ചിരുന്നു
ഇപ്പോൾ ഈ വിജനതയിൽ
ഞാനെന്റെ അല്പത്തം കണ്ടുകൊണ്ടിരിക്കുന്നു
നീയെനിക്ക് ജീവിതം തന്നെയായ സുന്ദരമായ ഒരനുഭവമായിരുന്നു
ശരിക്കും ജീവിതം

നീ വരുന്നതിനുമുമ്പ് ഞാനെരിച്ചുതീർത്തത്
ജീവിതം പോലെ എന്തോ ഒന്നായിരുന്നു
വ്യക്തമായി പറഞ്ഞാൽ പേരിൽ മാത്രമായിരുന്ന ജീവിതം
നിന്റെ വിടവാങ്ങലിന് ശേഷം
ഞാൻ പഴയതിലേക്ക് മടങ്ങിപ്പോയിരിക്കുന്നു
ജീവിതമെന്ന പേരിലേക്ക്-
ശരിക്കും ജീവിതമായതിൽ നിന്നുള്ള ഒരു പലായനം

വിഷാദത്തിന്റെ കുമ്പസാരങ്ങള്‍

അസാധാരണമാംവിധം അത്ഭുതകരമായ ത്രിത്വം
ഒത്തുവന്നിരിക്കുന്നു
സ്നേഹം കൊണ്ടു ഞാനറിഞ്ഞ മൂന്നു പേര്‍
എന്റെ ഹൃദയത്തില്‍ തന്നെയിരിക്കുന്ന മൂന്നു പേര്‍
കവിത, നീ, പിന്നെ ഞാന്‍.
എന്നെ, ഞാന്‍ പ്രണയിച്ചുകൊണ്ടേയിരിക്കുന്നു
അതിനാല്‍ ഞാന്‍ കവിതകളെഴുതുന്നു
കവിതകളെഴുതുന്നതിന്റെ പേരില്‍ നീയെന്നെ തേടിവന്നിരിക്കുന്നു

എന്റെ പ്രണയം വാക്കുകളോടാണ്
ജീവിതം നിന്നോട്ടും
എന്റെ കലഹം ജീവിതത്തോടാണ്
കവിത നിന്നോട്ടും
ഞാന്‍ മരണത്തിന്റെ കുരിശില്‍ കിടക്കുന്നു
ചുറ്റിലും രണ്ടു പേര്‍-
നീയും എന്റെ കവിതയും.
എന്റെ എല്ലാ ദുഃഖങ്ങളും
നിന്റെ കണ്ണീരില്‍ കഴുകിയെടുത്ത് ശുദ്ധമാക്കാന്‍
അങ്ങനെ പുതിയൊരു ജീവിതം തുടങ്ങാന്‍
ഞാനേറെ മോഹിച്ചിരുന്നു
പക്ഷേ ഞാനൊന്നു ചോദിച്ചോട്ടെ
കണ്ണീരിന്റെ ഏഴു സാഗരങ്ങളെ പേറുവാനുള്ള
കയങ്ങള്‍ നിന്റെ മിഴികളില്യുണ്ടോ?

പ്രണയം വിഷാദമാണെന്ന് തെറ്റിദ്ധരിച്ചവന്റെ
കുമ്പസാരങ്ങളാണെന്റെ കവിതകൾ
ജീവിതം പ്രണയമാണെന്ന് ദുഃഖിച്ചറിഞ്ഞവന്റെ
നേർത്ത തേങ്ങോലി മാത്രമാണെന്റെ മരണം
ഞാൻ കളിക്കുകയാണ്-
ജീവിതം, പ്രണയം, മരണം, കവിത ഇവയൊക്കെ വച്ച്.
ജയമെനിക്ക് പ്രശ്നമല്ല

മനോഹാരിത എന്തെന്ന് ഞാൻ മറന്നിരിക്കുകയായിരുന്നു
അങ്ങനെയിരിക്കെയാണ് ഞാൻ നിന്നെ കണ്ടത്
വൈരൂപ്യമെന്തെന്ന് ഞാൻ പിന്നെ മറന്നേ പോയി
നിഷ്കളങ്കതയെന്നത് എനിക്ക് പൊയ്പ്പോയ സ്വപ്നമായിരുന്ന
വിഭ്രാന്തികളുടെ വരവ്വപോക്കിന്റെ ചെറിയൊരിടവേളയിലാണ്
ഞാൻ നിന്റെ ഹൃദയം കണ്ടത്
കുടിലതയെന്തെന്ന് പിന്നെ ഞാൻ മറന്നേ പോയി
എന്റെയുള്ളിൽ നഷ്ടപ്പെട്ട എന്തോ ഒന്നിന്റെ
വീണ്ടെടുപ്പാണ് നിന്റെ ഓരോ വരവും
എന്റെ നഷ്ടങ്ങളെ പ്രണയത്തിന്റെ വസന്തങ്ങളായി
തിരികെ നൽകുന്ന ജീവിതാനന്ദമേ നിനക്ക നമസ്കാരം

ജീവാത്മാവിന്റെ അനശ്വരസല്ലാപങ്ങൾ

സ്ത്രീ യേ നീ പ്രേമമുള്ളവൾ
നിന്നെ വർണ്ണിച്ച് മതിതീരാത്ത ഗായകനാണ ഞാൻ

നിന്റെ ജീവിതം പ്രഭാപൂർണ്ണം
നിന്റെ നന്മയാൽ എന്റെ ഹൃദയം പ്രണയഭരിതം

സ്ത്രീയേ,
നീ മഞ്ഞിനേക്കാളാർദ്രവും അഗ്നിയെക്കാളുജ്ജ്വലവും
കാറ്റിനേക്കാൾ ശക്തവുമാകുന്നു
നിന്റെ മൗനം ആകാശത്തിനു തുല്യം
നിന്റെ നാദം ആദിഗീതത്തിലുള്ളത്
നീ നിനക്കച്ചുറ്റം ഒരു വസന്തം തീർക്കുന്നു
നിന്നെ തേടിയെത്തുന്നവർ ആരാധകന്മാരായ്
നിന്റെ വൃത്തങ്ങളിൽ കറങ്ങിക്കൊണ്ടിരിക്കുന്നു
നീ കാമത്തിന്റെ ദേവത
പ്രേമത്തിന്റെ ചാരുത
വികാരങ്ങളുടെ അപാരത
നീ നേർത്ത് ലോലമായ സ്വപ്നം
ഭാവതീവ്രമായ മോഹം
ജനിമൃതികൾക്ക് നേടാനുള്ള രാഗം

നിന്റെ മിഴികൾ നക്ഷത്രങ്ങളുടെ സ്വപ്നങ്ങൾ
ചൊടികൾ കാട്ടുഞാവൽക്കനികൾ
നിന്റെ മുഖം തിങ്കളിൻ ദീപ്തി പേറുന്നൊരസുലഭചിത്രം
ശ്യാമമേഘജാലികപോലെ നിൻ കാർക്കുന്തൽച്ചുരുളുകൾ
നിന്റെ ശിരസ്സ് സ്വർഗ്ഗത്തിന് മകുടം

നിന്റെ സ്തനങ്ങൾ മഞ്ഞിന്റെ പർവ്വതങ്ങൾ
കഴുത്ത് ഉന്മാദങ്ങളുടെ താഴ്വര
നിന്റെ ഉദരം മാംസരാഗങ്ങളുടെ തേര്
താഴെ അനന്തനീലിമയിൽ ഭ്രമിയുടെ രതിയാകെയും
പൂത്തുലയുന്ന നന്ദാവനം
തുടകൾ മദഭരിതങ്ങളായ കാട്ടുകടമ്പുകൾ
നിന്റെ നഗ്നത മാലാഖകളുടെ കൂടാരം
ഗന്ധർവ്വന്മാരുടെ വീണാസങ്കേതം
നിന്റെ നഗ്നത പൂക്കളുടെ ശയ്യാതലം
നയനരമ്യമായ നൃത്തമണ്ഡപം
നീ ആവേശങ്ങളുടെ ആദ്യരാത്രി
പാപവിഹീനമായ സ്വർഗ്ഗഫലം
നീ പുരുഷന്റെ ആത്മാവും ആത്മവിശ്വാസവും
നീ പുരുഷന്റെ ശ്വാസവും ആകാശദീപവും

ഹേ! രേതസ്സുകളുടെ സ്വീകരണീ,
വെള്ളച്ചാട്ടങ്ങളുടെ ദത്തുപുത്രി നീ
നീലസാഗരകന്യകകളുടെ കളിത്തോഴി
കൂറ്റൻ മലനിരകൾക്കും അമ്മ നീ
നിന്റെ കൈകൾ ജീവന്റെ തോണി തുഴയുന്നു
നിന്റെ കാല്യകൾ ഏവർക്കും വേണ്ടി
ഭ്രമിയുടെ പാത താണ്ടുന്നു

നിന്റെ നാണം താമരകളെ കടത്തിവെട്ടുന്നു
നിന്റെ പ്രേമം ആമ്പൽപ്പൂക്കൾ കടംവാങ്ങുന്നു
നിന്റെ നിതംബം കനത്തിൽ തീർത്ത തമ്പുരു
നിന്റെ ജനിതക കവാടം ജീവന്റെ നദി
എന്റെ പാപം നിന്നെയും തേടിയെത്തുന്നു
കരിനാഗമായ് നിന്റെ മാളങ്ങളിൽ ഞാൻ ആണിറങ്ങുന്നു
കാമത്തിന്റെ കടലിൽ നീരാട്ടന്നൊരാകാശമാണ ഞാൻ

നീയെന്റെ രക്തത്തിന്റെ കടൽ
ഞാൻ നിനക്ക് മാംസമാകുന്നൊരാകാശം

എന്റെ ഉത്തമഗീതം നിനക്കുള്ള പ്രാർത്ഥന
എന്റെ ഉത്തമഗീതം നിന്നിലേക്കുള്ള എന്റെ വരവിന്റെ
നിശ്ശബ്ദമായ വിളിച്ചുണർത്തൽ
നിനക്കായുള്ള ജീവാത്മാവിന്റെ അനശ്വരമായ സല്ലാപം

ഒരിലയിൽനിന്ന് മറ്റൊന്നിലേക്കെന്ന വിധം
ഒരു ജന്മത്തിന്റെ വേദനകളിൽ നിന്ന്
മറ്റൊന്നിന്റെ അവസരങ്ങളിലേക്കന്നവിധം എന്റെ പ്രണയം
എന്റേതായ ജീവിതത്തിൽ നിന്ന്
നിന്റെ വസന്തങ്ങളുടെ ഹൃദയത്തിലേക്ക് തെന്നി വീഴുന്നു

ശരീരത്തിന് സ്വന്തമായ
ദൗർബല്യങ്ങളെയെല്ലാം വാരിപ്പുണർന്നുകൊണ്ട്
എന്റെ വിഷാദനദി നിന്റെ രക്തത്തിലേക്കുരസിയെത്തുന്ന
ഒരായിരം ആന്ദോളനങ്ങളായ് ഞാൻ നിന്നിലമരുമ്പോൾ
നിന്റെ പേശികളിൽ ത്രസിക്കുന്നൊരു വെളിച്ചം ഞാൻ കാണുന്നു
നിന്റെ താഴ്വരകളെ മദിച്ചപാട്ടെന്നൊരു ഗീതമായ് ഞാൻ
മാറുമ്പോൾ
നിന്റെ മിഴികളിൽ എന്നെപ്രതിയുള്ള നന്ദി ഞാൻ വായിച്ചെടുക്കുന്നു
നീ രതിയുടെ പൂക്കാലമാണ്
ഞാൻ ജീവിതത്തിന്റെ വണ്ടം
നിന്നെ നുകരുകയെന്നതേ ജീവിതം
അതുതന്നെ പ്രണയവും

നീലത്തടാകത്തിൽ ഒരു ചെന്താമര

ചെതുപ്പുമൂടിയ ഈ നിലം എന്റെ മനസ്സാണ്
നിന്റെ ഓർമ്മകൾ കനലായെങ്കിൽ!
പെയ്യാൻ മടിക്കുന്ന ഈ ആകാശം എന്റെ സ്വപ്നമാണ്
നിന്റെ മേഘങ്ങൾ കനിഞ്ഞെങ്കിൽ!
ഈ നീണ്ടയാത്ര എന്റെ ജീവിതമാണ്
നിന്റെ വിളക്കെന്നെ വിളിച്ചുവെങ്കിൽ!
ഈ നിശ്ശബ്ദസന്ധ്യ എന്റെ പ്രണയമാണ്
നീയൊന്നു മിണ്ടിയെങ്കിൽ!
ഈ നിറഞ്ഞ നദി എന്റെ യാത്രയാണ്
നീ തോണിയിറക്കിയെങ്കിൽ!
ഈ ഞാൻ നിനക്ക വേണ്ടിയുള്ളതാണ്
നീ സ്വീകരിച്ചെങ്കിൽ!

സ്വപ്നങ്ങൾ വേർപിരിഞ്ഞ ശലഭങ്ങളാണ്
മടങ്ങിവരില്ലെന്ന് വിശ്വാസമേറെയെങ്കിലും
എപ്പോഴും കാത്തിരിക്കുന്ന താമര പോലെന്റെ ഹൃദയം
ജീവിതം പാതിവെന്തൊരുടൽ
തീയിൽ പുണർന്ന പാതി
മറുപാതിയെയോർത്ത് നൊമ്പരപ്പെടുന്ന
പുണരാത്ത പാതി ഇനിയും തീ തിന്നിരിക്കുന്ന
ഇവിടെ പ്രണയനഷ്ടത്തിന്റെ ഏകാന്തശൂന്യതയിൽ
ഭീകര ശാന്തതയിൽ
ഞാൻ ഓരോർമ്മ മാത്രമായിരിക്കുന്ന

വെറും പുക
നീ ചാരെ വന്നാൽ തീയൂപ്പി വിയർക്കുന്ന പുക

ഞാനെന്ന വിഷാദഗോളം നിനക്കച്ചുറ്റം കറങ്ങുന്ന
നിന്റെ കൃപാപൂർണ്ണമായ മിഴികളിൽ
നക്ഷത്രങ്ങളെരുകിയൊലിക്കുന്നതും നോക്കി
നിന്റെ പ്രണയത്തിന്റെ സോപാനങ്ങളിൽ
പ്രകൃതി തൊഴുകൈയ്യുമായി വലംവയ്യുന്നതും നോക്കി
നിന്റെ പാദങ്ങളിൽ, നിന്റെ നീലാംബരികളിൽ
ഞാൻ പെയ്യുനില്ലുന്നു

നിഷ്ഠധതകൾക്കും വിശ്വാസങ്ങൾക്കുമകലെ
നീ പുഞ്ചിരിക്കുന്നു
നിർവികാരതയ്ക്കും നിർവികല്പസമാധിക്കുമിടയിൽ
നീ പൂത്തുവിടരുന്നു
ആർക്കും കേൾക്കാനാകാത്ത നാദത്തിൽ
നീ ഏവരോട്ടും സംവദിക്കുന്നു
നീ നിന്റെ ഭാഷയിൽ പാട്ടുന്നു
പുലരി അത് തന്റെ ഭാഷയിലേക്ക് മൊഴിമാറ്റം ചെയ്യുന്നു
നോക്കൂ, നീലത്തടാകത്തിൽ ഒരു ചെന്താമര!

ലോകത്തിലേറ്റവും വലിയ തടവറ
ഏതാണെന്ന് ഇപ്പോൾ എനിക്കറിയാം-
നിന്റെ മിഴികൾ.
മാനുഷികമായതിൽവച്ച് ഏറ്റവും മുന്തിയ വേദനയും അറിയാം-
നിന്റെ സ്നേഹം.
ഈ പ്രാപഞ്ചിക ജീവിതത്തിലെ ഏറ്റവും ദൈർഘ്യമേറിയ നിമിഷം
നിന്നെ കാത്ത് ഞാനെന്നുമിരിക്കാറുള്ള
ആ വാകച്ചോട്ടിൽ കൊഴിഞ്ഞുവീഴുന്ന
നീ വരുമ്പോൾ വിശ്വമാകെ ഒരു സ്വപ്നം പൂത്തുവിടരുന്നതായ്
എനിക്ക് തോന്നുന്നു
നീ പോയ് മറയുമ്പോൾ പകൽ എന്നെന്നേയ്ക്കുമായി
അതിന്റെ സാന്നിദ്ധ്യം മണ്ണിൽ അവശേഷിപ്പിച്ച് പോയതായും
എനിക്കനുഭവപ്പെടുന്നു

     പ്രണയത്തിന്റെ പരമാനന്ദഗീതം

നീ എനിക്ക് തന്ന തടവറ എന്റെ സ്വർഗ്ഗമാകുന്നു
എന്റെ സ്നേഹം അസ്വാതന്ത്ര്യത്തിന്റെ
ചങ്ങലകളിൽ കിടന്നുഞരങ്ങുമ്പോഴും
നിന്റെ നേരിന്റെ ഒരൊറ്റപ്പുഞ്ചിരി
എന്റെ എല്ലാ വേദനകൾക്കുമുള്ള ഒറ്റമൂലിയായ് വർത്തിക്കുന്നു

നീ അക്ഷരങ്ങളെ കുതിരകളെപ്പോലെ നിയന്ത്രിക്കുന്നു
നിന്റെ നാവിൽ ഒരു സാഗരമിരമ്പുമ്പോഴും
നീയെനിക്ക് ഒരു മൗനം മാത്രം തരുന്നു
നിന്റെ സ്നേഹത്തിന്റെ തെരുവിൽ
യാചകനെ പോലെ ഞാൻ വന്നുനില്ക്കുന്നു
നിന്റെ വാതിൽ തുറന്നുള്ള വരവത്രേ എനിക്കുള്ള ഭിക്ഷാന്നം!

എനിക്ക് നിന്നെക്കുറിച്ചൊരു പാട്ടുപാടണമെന്നുണ്ടല്ലോ!

ഉണരുക ഉജ്ജ്വലമാണ്
ഒഴുകുന്നത് മനോഹരവും
ഉണർന്നൊഴുകുന്നത് മറ്റൊന്നുമല്ല
ജീവിതം തന്നെയാണ്
മരണം സമീപസ്ഥമായിരുന്നപ്പോൾ നീ കൂട്ടുവന്നു
വസന്തങ്ങൾ വീണ്ടും എന്റെ വാതിലിൽ മുട്ടി
ഞാൻ ഒരു നക്ഷത്രത്തിന്റെ കതിർ ചൂടി

നീ നിരന്തരം ഇങ്ങനെ വിലപിക്കുന്നതെന്തിന്?
നീ അടിക്കടി തന്റെ വർണ്ണങ്ങൾ മാറ്റുന്നതെന്തിനാണ്?
സഖേ, എനിക്കിത്ര മാത്രമേ പറയാനുള്ളൂ
നിന്റെ മൗനം കനലുപോലെ കനൽ തന്നെ
എന്റെ ഹൃദയത്തിൽ അവയ്ക്കെപ്പോഴും
മഞ്ഞിന്റെ ഒരു സിംഹാസനമുണ്ട്
എന്റെ കവിതകൾ ഏറ്റവും സുന്ദരമാകുന്നത്
നിന്നെ എഴുതുമ്പോഴാണ്
എന്റെ കവിതകൾ വിലക്ഷണതയുടെ ആഴങ്ങൾ തേടുന്നത്
എന്നെത്തന്നെ പകർത്തുമ്പോഴാണ്

നക്ഷത്രമനസ്സുകൾക്കന്യമായ പുൽക്കൊടിത്തുമ്പിന്റെ പച്ചപ്പേ
നാടോടിപ്പാട്ടിന്റെ നനുത്ത നാണമേ
ഇളംമഞ്ഞിന്റെ കൗമാരസ്നിഗ്ദ്ധതേ

   പ്രണയത്തിന്റെ പരമാനന്ദഗീതം

എനിക്ക് നിന്നെക്കുറിച്ചൊരു പാട്ടുപാടണമെന്നുണ്ടല്ലോ!
വരുമ്പോൾ നീ കൂടെ കരുതുമോ നിന്റെ സ്വപ്നങ്ങളുടെ വല്ലകി?
നീയും നിന്റെ വല്ലകിയും ഇന്നെന്നെ ഒരു ഗായകനാക്കിയേക്കാം
നിന്റെ അർത്ഥം തിരയാനല്ല നിന്നെ ഞാൻ പ്രണയുന്നത്
നിന്നെ മനസ്സിലാക്കാനല്ല നിന്നെ ഞാൻ പ്രേമിക്കുന്നത്
അത് ഒരു പെയ്യാകുന്നു
മലമുകളിൽ മഴപോലെ, പുഴകളിൽ വെയിൽ പോലെ
എന്റെ പ്രേമമേ,
ഞാൻ നിന്റെ മണ്ണിൽ എന്റെ ബീജാവാപം നടത്തുന്നു

ഈ നിലാവിൽ ഞാൻ നിന്നെയോർത്തു പാട്ടുമ്പോൾ
മറ്റൊരു നിലാവെന്നിൽ പൂത്തുവിടരുന്ന
വിസ്മൃതികളിലേക്ക് വലിഞ്ഞേറാൻ സാധ്യതയുള്ളൊരു
സ്വപ്നത്തിന്റെ നേർത്ത വരമ്പിൽ നിന്ന്
ഞാനെന്റെ പാട്ട് പാടുന്നു
എനിക്ക് തോന്നുന്നത് സ്വർഗ്ഗത്തിന്റെ നടത്തിപ്പുകാർ
സ്ത്രീകളായിരിക്കും എന്നാണ്
എന്തെന്നാൽ അവിടം നിർമ്മിക്കപ്പെട്ടിരിക്കുന്നത്
യാഥാർത്ഥ്യത്തിന്റെ കുഴമണ്ണ് കൊണ്ടല്ല
സ്വപ്നങ്ങളുടെ പളുങ്കുകളാലത്രേ

ഞാൻ നിന്നോട്ടുള്ള നന്ദി മാത്രമാണ്

തോഴീ നീയെത്ര വനമല്ലിപ്പക്കളെനിക്കേകി!
ഞാനൊരു മാലപോലും കോർത്ത്
നിന്നെ ചാർത്തീലല്ലോ!
തോഴീ നീ തന്ന പാഴ്ളംതണ്ടിന്റെ വിലയറിയാതെ
ഞാനത് കാട്ടിൽ വലിച്ചെറിഞ്ഞല്ലോ!
എന്നിട്ടും നീ എന്നെയോർത്ത് പാടുന്നല്ലോ!!

തോഴീ എന്റെ കണ്ണീരെല്ലാം ഞാൻ വറ്റിച്ചുകളഞ്ഞല്ലോ!
പൊട്ടിച്ചിരികൾക്കിടയിൽ
എന്റെ ഹൃദയവും പൊട്ടിത്തകർന്നല്ലോ
തോഴീ ഇനി ഞാനെന്തു ചെയ്യേണ്ടു?
നീയെപ്പോഴും വന്നുകൊണ്ടിരിക്കുമ്പോൾ
ഞാനെങ്ങനെ വീടിന് പുറത്തിറങ്ങും?
തോഴീ ഞാൻ പൊട്ടിച്ചിതറട്ടെ!
നിനക്കുവേണ്ടി അത്രയെങ്കിലും ഞാൻ ചെയ്യട്ടെ!

എത്ര പാട്ടുകൾ ഞാൻ പാടി!
ഒക്കെയും ശബ്ദങ്ങളായിപ്പോയല്ലോ!
എത്ര കിരീടങ്ങൾ ഞാൻ ചൂടി!
ഒക്കെയും മുൾക്കിരീടങ്ങളായിത്തീർന്നല്ലോ!
ഹേ, പ്രണയാഗ്നിയുടെ വിതരണക്കാരീ
ഈ പാഴ്വസ്തുവിനെ ഒരു നിമിഷമെങ്കിലും

     പ്രണയത്തിന്റെ പരമാനന്ദഗീതം

നീ കൈകളിൽ താങ്ങുമോ?
വലിച്ചെറിയും മുമ്പുള്ള
ഒരിടവേളയിലെന്ന പോലെ എങ്കിലും ഹാ!

ഞാൻ നിഴലാകുന്ന
വിളക്ക് നീയത്രേ.
എനിക്ക് കൈകൊട്ടിക്കളിക്കാൻ നീയെന്റെ കൈകളായി
എനിക്ക് പറക്കുവാനുള്ള ആകാശം
എന്റെ ചിറക്
എന്റെ മാത്രമായ കൂട്.
ഒരൊറ്റ നേരം പലകോണകളിൽ
പല കാഴ്ചകളിൽ നീ നൃത്തമാട്ടുന്ന
ഒരൊറ്റ ഞൊടിയിൽ പല വേഷങ്ങളിൽ വന്നുപ്ലക്കുന്ന
എന്റെ മഴകളും വെയിലുകളും നിന്റെ സമ്മാനമാണ്
ആ സ്നേഹം വെളിപ്പെടുത്താൻ മാത്രം
ഞാനെന്നെ ഉപയോഗിക്കുന്നു
ഞാൻ നിന്നോടുള്ള നന്ദി മാത്രമാണ്

വരൂ, എന്റെ തോഴീ
നിന്റെ ചെളിപുരണ്ട കാലുകളോടെ തന്നെ വരിക
നിനക്കിഷ്ടമുള്ളത് തെരെഞ്ഞെടുക്കാം
നോക്കൂ, മണൽക്കാറ്റ് ചേക്കേറുന്ന മരുഭൂമികൾ
ഹരിതസമൃദ്ധിയുടെ താഴ്‌വരകൾ
മഴ പെയ്യുന്ന ആകാശം
ഉദയദിവാകരനുദിച്ചയരുന്ന കിഴക്കൻമാമല.
പറയൂ, എവിടെ കൂടിയിരിക്കാനാണ് നിന്റെ താത്പര്യം?
എവിടെയായാലും നിന്റെ പുഞ്ചിരി
എങ്ങുമൊതുങ്ങുകയില്ലെന്നെനിക്കറിയാം

നിന്റെ വസന്തത്തിലെ വരവേല്പ്പിന്റെ തേര്

ഞാൻ സ്വയം മീട്ടാൻ മറന്നുപോയ വീണ
എന്റെ ജീവിതമോ പാടാതെ പോയ ഗാനവും
രാത്രിയുടെ തുടക്കത്തിൽ ഞാൻ കണ്ണീരിന്റെ പായില്ലിറങ്ങി
പുലരി വരുംമുമ്പേ കണ്ണീരിന്റെ പാടത്തേക്ക്
അലിവിന്റെ കതിർ തേടിപ്പോയി
നീ കാതങ്ങൾക്കക്കരെ നിന്നെന്റെ വേദന കണ്ടു
പണ്ടെങ്ങോ നഷ്ടപ്പെട്ട ഒരു മകനെപ്പോലെ
എന്നെ, നീ വാരിയെടുത്തുപ്പുണർന്നു
എന്റെ മിഴികൾ സജലങ്ങളായി
മനം സൂര്യതുല്യമായി
ഞാനിപ്പോൾ സഞ്ചരിക്കുന്ന ഒരു പ്രകാശഗോപുരമാണ്
ഒപ്പം നിന്റെ ഓർമ്മയും

പണ്ടെങ്ങോ ഒരു നഷ്ടപ്പെടലിന്റെ പ്രത്യേകാവസരത്തിൽ
മിഴി വരച്ച് ഇവലൊതുക്കിയ
ഒരു മാടപ്രാവിനെ നിന്നിൽ ഞാൻ കണ്ടു
ഞാൻ ഇരുളാർന്ന കാർമേഘമായിരുന്ന
നിന്റെ നിഗ്രഢരാഗങ്ങൾ എന്നിലേക്കുയർന്നപ്പോൾ
മരണം പോലെ
ആശ്ചര്യകരമായ ഒരു ആവശ്യകതയെന്ന പോലെ
ഞാൻ നിന്നിലേക്കൊഴുകിയെത്തി
പൊയ്തൊഴിഞ്ഞ എന്റെ മനം നിന്നിലൊരു

      പ്രണയത്തിന്റെ പരമാനന്ദഗീതം

പുഴയായ് പുനർജ്ജനിച്ച
അടക്കാനാവാത്ത സ്നേഹത്തിന്റെ അമരാലിംഗനങ്ങളിൽ
നീയെന്നെ വീർപ്പമുട്ടിച്ചപ്പോൾ ആകാശം പോലും
എന്നെപ്രതി അസ്വയപ്പെടുന്നുണ്ടായിരുന്ന-
പരിധിയില്ലാത്ത നഷ്ടബോധത്താൽ!

ഒരു രാജാവിനെപ്പോലെ പ്രണയിക്കാനായിരുന്ന എന്റെ പദ്ധതി
പക്ഷേ നോക്കൂ,
നൊമ്പരങ്ങളുടെ തെരുവിൽ യാചകന്റെ ദീനവേഷങ്ങളിൽ
എന്റെ പ്രണയം തെണ്ടിത്തിരിയുന്നത് നോക്കൂ
പ്രണയം അങ്ങേയറ്റത്തെ ഭ്രാന്താണ്
പ്രണയികൾ അങ്ങേയറ്റത്തെ ഭ്രാന്തരും
ഉള്ളിനെ ബാധിക്കുന്ന ചില ഭ്രാന്തകളുണ്ട്
പുറമെ പടരുന്നവയുമുണ്ട്
പ്രണയം ഉള്ളിലും പുറമെയും ഒരു പോലെ പന്തലിക്കുന്ന
പ്രണയഭ്രാന്തെന്ന് ഒരിക്കലും പറയരുത്
ഒന്നുകിൽ പ്രണയം അല്ലെങ്കിൽ ഭ്രാന്ത്

പൂവുകൾ താഴ്വരയുടെ മഞ്ഞിൽ
വസന്തമാരോപിക്കുന്ന നിർവൃതിയിൽ
നിന്റെ വാക്കുകൾ എന്റെ സ്നേഹത്തിന്റെ ആഴമറിയുന്ന നാളിൽ
ഈ അനന്തമായ ആകാശം
എന്റെ ഹൃദയത്തിന്റെ പ്രത്യക്ഷീകരണവും
ശുഭ്രമേഘങ്ങൾ എന്റെ സ്വപ്നങ്ങളുടെ മൂർത്തീകരണവുമായിത്തീരും

എനിക്ക് നിന്റെ വസന്തത്തിൽ വരവേല്പ്പിന്റെ ഒരു തേരുണ്ട്
നിന്റെ പുഷ്പ്പികലിൽ കനല്ലുള്ള സ്വപ്നത്തിന്റെ നിറമിഴിയുണ്ട്
എപ്പോഴും ഇളമ്പുന്ന നിരാസത്തിന്റെ നേർത്ത പച്ചപ്പിൽ
ഇളവേറ്റിരിക്കുന്ന വെയിലിന്റെ ഒരു പീലിക്കതിരുണ്ട്!

കുലംകുത്തിയൊഴുകുന്ന
പ്രണയത്തിന്റെ ആഘോഷം

ഞാനെന്നത് എന്റെ സ്വപ്നമാകുന്നു
ഞാൻ നിന്നിലേക്ക് വളരുന്ന വസന്തത്തിന്റെ ശാഖ
നീ എന്നത് എന്റെ കവിത
നീ എന്നിലേക്കൊഴുകുന്ന
എന്റെ നിസ്സംഗതയിൽ
ഞാനെന്റെ വികാരങ്ങളെ മേയാൻവിട്ടന്നു
ഇടവേളകളിൽ എന്നില്ലൂടൊരു ഗാനം പുറത്തുപോകുന്നു
എന്റെ തന്നെ ചിറകായ് ആകാശത്തിന്റെ അപാരതയിൽ
മുകില്പകളെന്തോ എഴുതിമായുന്നു
അതിങ്ങനെ വായിച്ചെടുക്കാം
നീയെന്നത് ശൂന്യതയാകുന്നു
ഗുപ്തമായിരിക്കുന്നതോ അനന്തതയും

എനിക്കറിയാത്ത അർത്ഥങ്ങൾ ചേർന്ന്
"നീ" എന്ന ഒരു അക്ഷരമുണ്ടാകുന്നു
നിന്നിൽ എല്ലാ വെളിച്ചങ്ങളുമൊത്തുക്കൂടുന്ന
സൗന്ദര്യത്തിനാത്മഗതം ചെയ്യാൻ പ്രേരിപ്പിക്കുന്നവയത്രേ
നിന്റെ ചുണ്ടുകൾ
ചേതോഹരമായവയ്ക്കെല്ലാം
ഒളിച്ചുപാർക്കാനുള്ളതത്രേ നിന്റെ ഹൃദയം
ദൈവങ്ങൾക്ക് അവരുടെ കർമ്മത്തിൽ
സംതൃപ്തി പകരാനെന്നവിധം

പെരുമാറുന്ന നിന്റെ മിഴികൾക്ക്
ഇനിയേത് കടലിന്റെ നീലിമ പോരും?
ജീവിച്ചുതീർക്കേണ്ട ജീവിതത്തെ
ആഗ്രഹിച്ചുതീർക്കുന്ന പീഡിതമനുഷ്യന്റെ
വേദനകളാൽ നിർഭരമാണെന്റെ മസ്തിഷ്കം
വിലാപങ്ങളുടെ ആവിഷ്ക്കാരമാണെനിക്ക് ശബ്ദം
ജീവിതത്തിൽ നിന്നു സ്വപ്നത്തിലേക്കും
സ്വപ്നത്തിൽ നിന്നു ജീവിതത്തിലേക്കും
നിരന്തരം വഴുതിയിറങ്ങുമ്പോൾ എന്തോ ഒരു ഭാരമില്ലായ്മ
ശരിക്കും ഒരു ഇല്ലായ്മ.

ഞാൻ വല്ലാത്തൊരു ഉന്മാദമാണെന്നു
നീ പറയാൻ വേണ്ടി മാത്രം
നിന്നിലേക്ക് കലമ്പത്തിയൊഴുകുന്ന
പ്രണയത്തിന്റെ ആഘോഷമാകുന്നു ഞാൻ!

എനിക്ക് നിന്നിലേക്ക് വാതിലുകളില്ല

നിനക്ക് എന്നോളം പൊക്കമില്ല
പക്ഷേ നിന്നിലൂടെയാണ്
ഞാൻ എല്ലാ പൊക്കങ്ങളും കീഴടക്കിയത്
സ്വർഗ്ഗങ്ങളിൽ നുഴഞ്ഞുകയറാൻ പോലും
അർഹതയില്ലാതിരുന്ന ഞാൻ
ആറുസ്വർഗ്ഗങ്ങളുടെ അധിപനായതും നീ കാരണമാണ്
നിനക്ക് എന്റെ പേശീബലമില്ല
പക്ഷേ നിന്നിലൂടെയാണ ഞാൻ
പരാജയത്തിന്റെ പാറക്കെട്ടുകൾ ഭേദിച്ച്
പുലരിയുടെ ചരിവിലേക്ക് കുലംകുത്തിപ്പാഞ്ഞത്
ശിഥിലസ്വപ്നങ്ങളുടെ മതിലുകൾ തകർത്ത്
അതുവരെ നുകരാതിരുന്ന സ്വാതന്ത്ര്യത്തിന്റെ ലഹരി
ഞാൻ നുണഞ്ഞതും നിന്നിലൂടെയായിരുന്നു
നീ എനിക്കൊരു മാർഗ്ഗമായിരുന്നു
എന്നിൽനിന്ന് നിന്നിലേക്കും
നിന്നിൽ നിന്നെന്നിലേക്കും എത്തിച്ചേരാനുള്ളൊരു മാർഗ്ഗം

എന്റെ ഹൃദയം മൂടിപ്പൊതിഞ്ഞ്
നിന്റെ വഴിയിൽ ഞാൻ കൊണ്ടുവച്ച
നിന്റെ അപക്വവും അശുദ്ധവ്വമായ കാലുകൾ
അതിനെ തട്ടിത്തെറിപ്പിച്ച
നിന്റെ നീലമനോഹരനയനങ്ങൾ കണ്ടില്ല-

   പ്രണയത്തിന്റെ പരമാനന്ദഗീതം

അതിൽ ഒളിപ്പിക്കപ്പെട്ട സ്നേഹം
നിന്റെ രാഗസുരഭിലമായ മാനസം കണ്ടില്ല-
അതിൽ അടയ്ക്കപ്പെട്ട വേദന
തീർത്തും ഏകനായ് ഞാനിപ്പോൾ
എന്റെ കവിതയിൽ ചടഞ്ഞുകൂടിയിരിക്കുന്നു-
പ്രപഞ്ചത്തിൽ നിന്ന് വലിച്ചെറിയപ്പെട്ട ദൈവം പോലെ
ശരീരത്തിൽ നിന്നൊളിച്ചോടിയ പ്രാണൻ പോലെ
ആശിക്കാൻ ഒരു ജീവിതമില്ലാതെ
ഞാനെന്റെ സ്വപ്നങ്ങളിൽ നിന്നുകത്തുന്നു

നക്ഷത്രങ്ങൾക്കും താഴെ
നക്ഷത്രങ്ങൾ മൺതരികളായ് മാറുന്ന വ്യഥിതശാപമോർത്ത്
നൊമ്പരപ്പെട്ടുകൊണ്ട് ഞാൻ പെയ്യുനില്ലുന്നു-
പ്രണയമേഘം!

പ്രണയമേ നീ ആരായിരുന്നു?
കദനപൂർണ്ണമായ സായാഹ്നങ്ങളിൽ
കുരിരുളിന്റെ താരാട്ടുപാട്ടോടെ നീ വന്നു
ശിഥിലസ്വപ്നങ്ങളുടെ കടുത്തവേനലിൽ
നീ ശിശിരമേഘത്തിന്റെ അർത്ഥരഹിതമായ ഇടിമഴക്കമായ്
എനിക്ക് നിന്നിലേക്ക് വാതിലുകളില്ല
നീ കാലത്തിനുമപ്പുറമുള്ള ലോകമാകുന്നു
നിനക്ക് കാമനകളേയുള്ളൂ; കാമങ്ങളില്ല
നിനക്ക് ഭാവനകളേയുള്ളൂ; ഭ്രമങ്ങളില്ല
നിന്റെ മിഴിനീരിന് പൂക്കളുടെ പുഞ്ചിരിയേക്കാൾ
ഞാൻ വില കല്പിക്കുന്നു
നിന്റെ സ്വപ്നങ്ങൾക്ക് സ്വർഗ്ഗം കപ്പം കൊടുക്കുന്ന
ദിനത്തിന്റെ കാവൽക്കാരനാണ ഞാൻ

മരണത്തിനുമുമ്പുള്ള ഒരു സ്വപ്നം

എന്റെ ഹൃദയം ഒരു കടലായിരുന്നു
അത് കോരിക്കുടിക്കാൻ നിനക്കൊരു നിമിഷം മതിയായിരുന്നു
എന്റെ പ്രണയം കെട്ടുപോകുന്ന കനലായിരുന്നു
അതു വീണ്ടും കൊളുത്താൻ
നിനക്കൊരു സ്വപ്നം മതിയായിരുന്നു
എന്റെ വിരഹം വേദനകളുടെ കാനനമായിരുന്നു
അത് കരിച്ചുകളയാൻ നിനക്കൊരു സ്പർശം മതിയായിരുന്നു
എങ്കിലും, നീ ഒന്നിനും തുനിഞ്ഞില്ല
നിന്റെ ശ്രദ്ധ മതിഭ്രമങ്ങളിലായിരുന്നു
എന്റെ കാനനത്തിൽ ഇപ്പോൾ ഒരു കനലുണ്ട്
അത് മരണത്തിന്റെ നീലത്തടാകം വറ്റിച്ചുകൊണ്ടിരിക്കുന്നു

നിന്റെ ഹൃദയത്തിൽ എന്റെ പ്രണയമെഴുതുവാൻ
ഒരു വാക്ക് തേട്ടുകയാണെന്റെ ചേതന
നിന്റെ ജീവനിൽ എന്റെ മരണം കുറിക്കുവാൻ
കാത്തിരിക്കുകയാണെന്റെ ഹൃദയവേദന
നീ ജനിക്കുംമുമ്പേ ഈ മണ്ണിലുണ്ടായിരുന്നു-
നിന്നെയോർത്തുള്ള എന്റെ കാത്തിരിപ്പ്.
നീ മരിച്ചുകഴിഞ്ഞാലും അസ്തമിക്കില്ല-
നിന്റെ ചക്രവാളങ്ങളിൽ നിന്നെന്റെ പ്രണയചന്ദ്രക്കല.
നീ വിടപറഞ്ഞാലും
മണ്ണായി മറഞ്ഞാലും
നിരന്തരം നീയായ് പൂത്തുവിടരുന്നൊരാത്മാവ്

എന്നമെന്റെ സിരകളില്യുണ്ടാകും
നീയെനിക്ക് മരണത്തിനുമുമ്പുള്ള ഒരു സ്വപ്നമായിരുന്ന
ജീവിതത്തിൽ ഓർക്കപ്പെടേണ്ടതായ ഏക സ്മരണ
ജീവിതത്തേക്കാൾ
എനിക്കേറെയിഷ്ടം നിന്നോടൊത്തുള്ള സ്വപ്നങ്ങളാണ്-
നീ തന്നെയായ ഓർമ്മകളാണ്.
നീയെന്നോട് ചേർന്നുനില്ലുക
നീയും ഞാനുമൊന്നുചേർന്ന് നാമായ് മാറ്റുവാൻ!

അകലെയായിരുന്നപ്പോൾ നീയൊരു ദുഃഖം
ഞാനും ഒരു ദുഃഖം
അരുകിൽ നീ വന്നണയുമ്പോൾ ഇരുദുഃഖങ്ങളൊന്നുചേർന്ന്
ഉരുവംകൊള്ളുന്നത് ആനന്ദത്തിന്റെ ഒരു സാഗരം
ജീവന്റെ നേരിൽ
മരണത്തിന്റെ വാക്കടർത്തി
അവിടെ മതിഭ്രമങ്ങളുടെ നരകം തിരുകിക്കയറ്റുന്ന
ഒരു പിഴച്ച മാലാഖയാണു ഞാൻ
എനിക്ക് സ്വർഗ്ഗത്തെപ്രതി ഓർമ്മകളില്ല
ജല്പനങ്ങളേയുള്ളൂ
എന്റെ രണ്ടു ചിറകുകൾ-
വിഷാദവും വിനാശവും.
അവ നിന്റെ ദിക്ക് തേടിവരുന്നു.
രാത്രിയുടെ കുളിരിൽ സ്വപ്നങ്ങൾക്ക് മുലയൂട്ടി
നക്ഷത്രങ്ങൾക്കുമമ്മയായ നീ നിന്റെ ഹൃദയം എനിക്ക് തരിക
പകരം എന്റെ ജീവന്റെ കനലിൽ നിന്നുയരുന്ന
പ്രണയത്തിന്റെ ആ സുവർണ്ണശലഭത്തെ
ഞാൻ നിനക്കു നല്ലാം.

നക്ഷത്രച്ചിറകുകൾ ചൂടിയ ശലഭങ്ങൾ

മനോഹാരിത എന്തെന്ന് ഞാൻ മറന്നിരിക്കുകയായിരുന്ന
അങ്ങനെയിരിക്കയാണ് ഞാൻ നിന്നെ കണ്ടത്
വൈരൂപ്യമെന്തെന്ന് പിന്നെ ഞാൻ മറന്നേ പോയി!
നിഷ്കപടത എനിക്ക് പൊയ്പ്പോയ ഒരു സ്വപ്നമായിരുന്ന
വിഭ്രാന്തികളുടെ വരവ്വപോക്കിൽ സ്വയം നഷ്ടപ്പെട്ട
ഒരു നിമിഷത്തിന്റെ പ്രസ്വസാന്ത്വനത്തിലാണ്
ഞാൻ നിന്റെ ഹൃദയം കണ്ടത്
കുടിലതയെന്തെന്ന ഞാൻ പിന്നെ മറന്നേ പോയി
എന്റെയ്യുള്ളിൽതന്നെ നഷ്ടപ്പെട്ട എന്തോ ഒന്നിന്റെ വീണ്ടെടുപ്പാണ്
നിന്റെ ഓരോ വരവ്വം
നഷ്ടങ്ങളൊക്കെയും പ്രണയവസന്തങ്ങളായി
തിരികെ നല്കുന്ന ജീവിതാനന്ദമേ നിനക്ക നമസ്കാരം!

ആയിരം മിഴികളും ആ മിഴികളിലെല്ലാം
നക്ഷത്രച്ചിറകുകൾ ചൂടിയ ശലഭങ്ങളോട്ടുംകൂടിയ ഒരു സ്വപ്നം
ഇന്നെന്നെ തേടിവന്നു
അതിനു നിന്റെ മുഖമായിരുന്ന
ലോലമായ ഒരു മരണം
എന്നെ വേട്ടയാട്ടുന്നതുപോലെ എനിക്ക തോന്നി
ഒരു സൂക്ഷ്മത, ഒരു ഞെട്ടൽ
എന്നെ പിന്തുടരുന്നതുപോലെ.
ദൈനംദിനങ്ങളുടെ വിരസസ്മൃതികളിൽ
ഞാൻ നിന്നെയോർത്തിരിക്കുകയായിരുന്ന

 പ്രണയത്തിന്റെ പരമാനന്ദഗീതം

യാഥാർത്ഥ്യത്തിന്റെ മുള്ളുവേലിക്കപ്പുറം
നിരന്തരം വളർന്നേറുന്ന ഭാവനകളുടെ ഒരു വനം
ഞാൻ ദർശിച്ചുകൊണ്ടിരുന്നു
നീ എപ്പോൾ വന്നെന്നെനിക്കറിയില്ല
പക്ഷേ ഇങ്ങനെ പറഞ്ഞതായ് ഓർക്കുന്നു
നോക്കൂ, നീ മരിച്ചിരിക്കുന്നു-
ഇനിയെങ്കിലും ഈ തനിച്ചിരിക്കുന്നത് ഒന്നു നിർത്തിക്കൂടെ!

നിന്റെ കണ്ണുകൾ പ്രണയത്തിന്റെ രണ്ടു ഹിമസമുദ്രങ്ങൾ
അവ എന്റെ ഗ്രീഷ്മതാപങ്ങളിൽ
നിറശിശിരത്തിന്റെ സ്വപ്നതരംഗങ്ങൾ വാഗ്ദാനം ചെയ്യുന്നു
നിന്റെ ചുണ്ടുകൾ അനന്തചക്രവാളത്തിന്റെ രണ്ടതിരുകൾ
അവ പേറുന്ന മൗനങ്ങൾക്കു നടുവിൽ
ഞാനെന്റെ ചുംബനത്തിന്റെ സൂര്യനെ പ്രതിഷ്ഠിക്കും
നിന്റെ മാറിടം എന്റെ സ്വപ്നങ്ങൾക്ക് മേയാനുള്ള ഹരിതതാഴ്‌വാരം
അവിടെ എന്നുമെന്റെ പുളകത്തിന്റെ മാൻകുട്ടികൾ തുള്ളിനടക്കുന്നു
നിന്റെ സ്നേഹം എന്റെയെല്ലാ വേദനകൾക്കുംമേൽ
അതിന്റെ ശാദ്വലമായ തണൽ വിരിക്കുന്നു
നിന്റെ കാമം നിരന്തരം ഗർജ്ജിച്ചുകൊണ്ട്
എന്നെ എന്റെ ആത്മബോധങ്ങളിലേക്കാട്ടിപ്പായിക്കുന്നു
നിന്റെ മൗനം എന്റെ സിരകളിൽ ലഹരിയുടെ
വാചാലതകളായ് പടർന്നേറുന്നു
നിന്റെ നെടുവീർപ്പിൽ ഞാനെന്റെ മരവിപ്പിന്റെ സൂര്യനെ ശ്രുവിക്കുന്നു

കാത്തിരിപ്പിന്റെ വിഫലവിശ്രാന്തിയിൽ
എന്റെ ജീവിതം നിന്റെ നിഷ്ഫലതയുടെ ഗ്രീഷ്മസന്ധ്യയുമായ്
കലഹിച്ച് ഇതുവഴി കടന്നുപോകുന്നു
നിന്റെ വിരസമായ പുഞ്ചിരി തന്നെ
എനിക്ക് വീഞ്ഞായ് മാറുന്നു
നിന്റെ ചെളിവുകളുടെ ദേഹം തന്നെ
എന്റെ പറുദീസയായ്ത്തീരുന്നു
നിന്റെ പ്രണയം എന്നെ ഭ്രാന്തനാക്കുന്നു
ഒപ്പം അതേ അളവിൽ ഒരു കാമുകനും

പരാജിതന്റെ പാരിജാതം

എന്റെ സ്നേഹം ഒരാഗ്രഹമായിരുന്നു
എന്റെ ഒറ്റപ്പെടൽ ഒരാവശ്യകതയും
നിന്നോടൊത്തിരിക്കുമ്പോൾത്തന്നെ ഞാനറിഞ്ഞിരുന്നു-
തീവ്രദുഃഖത്തിന്റെ മണലാരണ്യത്തിൽ
തലപ്പഴിയിരിക്കേണ്ട രാപ്പല്ലുകളെക്കുറിച്ച്.
നിന്നരുകിൽ എല്ലായ്പ്പോഴും
എനിക്കൊരു മോശക്കാരന്റെ വേഷമായിരുന്നു
നീ മോശമാകാൻ തുടങ്ങിയപ്പോഴാകട്ടെ
ഞാൻ നിന്നിൽ നിന്നു വിട്ടുപോരുകയും ചെയ്തു
പുഞ്ചിരിക്കാൻ ശ്രമിച്ച് നിരന്തരം പരാജയം രുചിച്ച്
സ്വന്തം പീഡകളിൽ വെന്ത്
ഞാനിങ്ങനെ കുരിശിൽ കിടക്കുന്നു
ഞാൻ ഒരേസമയം ക്രിസ്തുവും യൂദാസുമാകുന്നു
തീർത്തും പരാജയപ്പെട്ടവൻ
മനസ്സിലാക്കപ്പെടാതെ പോയവൻ
മുപ്പതുവെള്ളിക്കാശിനു വേണ്ടി
ഇതാ ഞാനെന്റെ പ്രണയത്തെ ഒറ്റുകൊടുക്കുന്നു

മാംസം എനിക്കൊരു ദാഹമായിരുന്നപ്പോൾ
എനിക്കു നീ സ്വപ്നത്തിന്റെ പുഴയായ് വന്നു
പ്രണയം എനിക്കൊരു സ്വപ്നമായിരുന്നപ്പോൾ
എനിക്കു നീ ഉന്മാദത്തിന്റെ നിദ്രയായ് വന്നു
ജീവിതം എനിക്കൊരു കവിതയായിരുന്നപ്പോൾ

എനിക്ക നീ കാമത്തിന്റെ കനലായി വന്നു
എന്റെ സിരകളിൽ നീ
നിലയ്ക്കാത്ത വീഞ്ഞിന്റെ പ്രവാഹം
എന്റെ വിശപ്പുകളുടെ അന്ധകാരത്തിൽ
നീ അടിപതറുന്നൊരഗ്നിമരത്തിന്റെ ഉൽഫുല്ലനൃത്തം

പരാജിതന്റെ പാരിജാതമേ, എന്റെ പ്രണയമേ
നിന്റെ മുന്നിലൊരിക്കൽപ്പോലും
നക്ഷത്രമാകാൻ അർഹതയില്ലാത്ത
ഒരു പാവം സ്വപ്നമാണ ഞാൻ

നിന്റെ കാലൊച്ച കേൾക്കാൻ മാത്രമായ്
ഞാനുണർന്നുവന്ന പുലരികളിൽ
ഭൂമിക്ക് മേൽക്കുരയായ് ഒരാകാശവുമുണ്ടായിരുന്നില്ല
നിന്റെ താഴ്‌വാരങ്ങളിൽ
പൂക്കാലമാകാൻ ഞാൻ വന്ന സായന്തനങ്ങളിൽ
നിലനില്പ്പിന്റെ അവസാന ഗീതവും പാടി
ജീവന്റെ ഒറ്റക്കണ്ണൻകിളി പറന്നുപോയിരുന്നു

ആഭിചാരത്തിന്റെ തണുത്തനിലങ്ങളിൽ
നിന്റെ നഗ്നമേനി സ്വപ്നം കണ്ട് ഞാൻ മയങ്ങുന്നു
അനുഭവത്തിന്റെ ശൈഥില്യങ്ങളിൽ പുതിയ ദുഃഖങ്ങളായ്ത്തീർന്ന
പഴയ പ്രണയചേഷ്ടകളനുകരിച്ച്
ഞാൻ നിന്നിൽ ജീവിച്ചുപോരുന്നു

കടലലകളിൽ എഴുതപ്പെട്ട കഥ

രാത്രി ഒരു സ്വപ്നം മാത്രമെന്ന് പറഞ്ഞ്
പകലിന്റെ കിടക്ക വെടിഞ്ഞ്
വിസ്മൃതിയുടെ ആഴങ്ങളിലേക്ക് പോയതാണ് നീ
നീ ഒരു വെളിച്ചമായിരുന്നു
കടലലകളിൽ നിന്റെ കഥ എഴുതപ്പെട്ടിട്ടുണ്ട്
അനുഭവത്തില്ലൂടെ ഒരിക്കലറിഞ്ഞതിനെ
വാക്കുകളില്ലൂടെ വീണ്ടെടുക്കുകയാണ് ഞാനിപ്പോൾ

നിന്നിൽ മാത്രം എരിഞ്ഞടങ്ങാൻ ആഗ്രഹിക്കുന്ന
തീനാളമാണ ഞാൻ
എന്റെ സ്വപ്നമേ, ഞാൻ നിന്നിലേറിപ്പടരുമ്പോൾ
വൈമനസ്യത്തിന്റെ ക്ഷോഭസമുദ്രമായ്
എന്നെ പ്രതിരോധിക്കരുതേ
നിന്റെ ഓർമ്മയുടെ വഴുക്കൻനിലങ്ങളിൽ തെന്നിവീണ്
ഞാൻ വേദനയുടെ രക്തഗീതമാകുന്നു
നിന്റെ തീരത്തിലെന്റെ പാദങ്ങൾ പതിയുമ്പോൾ
സഫലമായൊരു തീർത്ഥാടനത്തിന്റെ സ്വാദ് ഞാനറിയുന്നു

പെണ്ണേ നീ ആരായിരുന്നു?
കരയാൻ തോന്നിയ എന്റെ സായാഹ്നങ്ങളിൽ
താരാട്ടാനെത്തിയ പല്ലവിയോ?
അർത്ഥം പിഴച്ച വാക്കുകൾ പോലെ
വെറുതെ പൊലിഞ്ഞ പുലരികളിൽ

എനിക്കായ് ദൈവത്തിങ്കലേക്ക് പുറപ്പെട്ട പ്രാർത്ഥനയോ?
പറയൂ, നിന്റെ മിഴിനീരിന്
പൂക്കളുടെ പുഞ്ചിരിയേക്കാൾ ഞാൻ വില കല്പിക്കുന്ന
ആരായിരുന്നു നീ?
ഇന്നൊരോർമ്മ മാത്രമെങ്കില്യം
ഒരിക്കൽ സ്വപ്നത്തിന്റെ കരിവളക്കാട്ടിൽ
കുങ്കുമക്കുരുന്നായ് കുതിച്ചചാടി മറിഞ്ഞ മാൻകിടാവേ
നിന്റെ മൗനം എന്നുമെന്റെ കനല്യതന്നെ!
എന്റെ ഹൃദയമോ നിനക്കുള്ള നെരിപ്പോടും!!

ഹിമസാഗരത്തിൽ ധ്യാനമുദ്രയിലായിരുന്ന രക്തസൂര്യൻ

നിന്റെ സാന്നിദ്ധ്യത്തിൽ
ഞാൻ പുഞ്ചിരിക്കുന്ന ഒരു നക്ഷത്രമാകുന്നു
നിന്റെ അസാന്നിദ്ധ്യത്തിൽ
ഞാൻ വേദനിക്കുന്ന ഒരു സ്വപ്നമാകുന്നു
എന്റെ ജീവിതത്തിന്റെ നീലാംബരത്തിൽ
നീ ജ്വലിക്കുന്ന ഒരു ഹൃദയമാണ്
അതിന് മറ്റെല്ലാ നക്ഷത്രങ്ങളേക്കാളും തിളക്കമുണ്ട്
കാരണം അത് എന്റെ സ്നേഹം തിരിച്ചറിഞ്ഞിരിക്കുന്നു
എല്ലാ ദുഃഖങ്ങളെയും
അവയുടെ പിറവിയിൽത്തന്നെ കരിച്ചുകളയുന്ന
പ്രണയത്തിന്റെ അഗ്നി നീ എനിക്ക് പകർന്നു
ഹിമസാഗരത്തിൽ ധ്യാനമുദ്രയിലായിരുന്ന എന്റെ രക്തസൂര്യനെ
നീ നൃത്തമാടുന്ന കൊടുങ്കാറ്റിന്റെ ചിറകിൽ കെട്ടി
ഇപ്പോൾ നോക്കൂ, കടലിനു ചുറ്റും
എന്റെ രക്തസൂര്യന്റെ പ്രചണ്ഡമായ പ്രണയപരിക്രമണം
നീയില്ലാത്ത സ്വർഗ്ഗത്തിൽ
ഞാൻ നൂറുനരകങ്ങളുടെ തിക്തത കുടിച്ചിറക്കുന്നു
നീയുള്ള നരകത്തിൽ
ഞാൻ നൂറു സ്വർഗ്ഗങ്ങളുടെ ആനന്ദസൗരഭം നുകരുന്നു
എനിക്ക് നീ വെറുമൊരു പെണ്ണല്ല
എല്ലാ സ്വപ്നങ്ങളുടെയും തീരം
എന്റെ ജീവിതത്തിലെ ഒരിക്കലും അസ്തമിക്കാത്ത പകൽ

നിന്റെ സാന്നിദ്ധ്യത്തിൽ
ഞാൻ സ്വയം പൊട്ടിത്തകരുന്ന നക്ഷത്രമാകുന്നു
നിന്റെ അസാന്നിദ്ധ്യത്തിൽ
ഞാൻ സ്വയം തകർന്നടിയുന്ന സ്വപ്നമാകുന്നു

നീ അകന്നുപോകുമ്പോഴെല്ലാം
ഞാൻ മിഴിനീരിന്റെ നദിയായ് മാറുന്നു
ശില്പത്തിൽ നിന്ന് മണ്ണിലേക്ക് ഞാൻ പൊടുന്നനെ ഖരീഭവിക്കുന്ന
എന്റെ അസ്തിത്വത്തിന്റെ ഭ്രംശമേഖലകളിലെല്ലാം
ഒറ്റക്കാലിൽ നർത്തനം ചെയ്യുന്ന
ഒരുന്മാദസന്ധ്യയുടെ സാന്നിദ്ധ്യം ഞാനറിയുന്നു

നിന്റെ മുറ്റത്തെ ചെമ്പകത്തെ ഞാൻ സ്വപ്നം കാണന്നു

അതിസാധാരണമെന്ന് നിനക്ക് തോന്നപ്പെടുന്നതെങ്കിലും
അത്രയൊന്നും സാധാരണമല്ലാത്ത നിന്റെ നോട്ടം
എന്നെ നിരന്തരം പുരുഷത്വത്തിന്റെ ആനന്ദത്തിലേക്ക്
കരിങ്കല്ലിലേക്കൊരു പൂങ്കുലയെന്ന പോലെ വലിച്ചെറിയുന്ന
ചിതറിത്തെറിക്കുന്നത് എന്റെ രക്തം തന്നെയെന്ന്
എനിക്ക് ബോധ്യമുണ്ടെങ്കിലും ഗ്രീഷ്മകാലങ്ങളിൽ
പെട്ടെന്നുണ്ടാകുന്ന അശനിപാതം പോലെ
അതെന്നെ ഒരുവേള നിത്യതപസ്സിന്റെ
ഉത്തുംഗമായ ധ്യാനശൃംഗങ്ങളിലേക്ക് ദത്തെടുക്കുന്ന

മഴച്ചാറ്റലിൽ ഒരു നദി പോലെ ഹിമാർദ്രമായ നിന്റെ പുഞ്ചിരി
എന്റെ സ്വപ്നങ്ങളുടെ തമോമുകമായ തെരുവിൽ
ഒരായിരം നക്ഷത്രങ്ങളുടെ ആകാശദീപ്തിയായ്‌ത്തീരുന്ന
എന്റെ പെണ്ണേ, നിന്നോടുള്ള സ്നേഹത്താൽ ഉരുകി
ഞാൻ ഏതെങ്കിലും മിഴിയിൽ ഒരു നീർത്തുള്ളിയായ് മാറമല്ലോ
എന്റെ ഏറ്റവും പ്രകാശപൂർണ്ണമായ സ്വപ്നമേ,
ഞാനേറ്റവും ഒറ്റപ്പെടുന്ന ഇരുൾവനവും നീ തന്നെ
കാടിനു നടുവിൽ നില്ലുമ്പോഴും
നിന്റെ മുറ്റത്തെ ചെമ്പകത്തെ ഞാൻ സ്വപ്നം കാണന്നു
കടലിനു കുറുകെ ചിറ കെട്ടുമ്പോഴും
ഞാൻ നിന്റെ കണ്ണനീരിൽ ഒരു സ്വപ്നമാകാനിച്ഛിക്കുന്ന

വെളിച്ചത്തിന്റെ സ്വരാക്ഷരങ്ങൾ

നിരാസത്തിന്റെ പത്തിയിൽ നൃത്തമാടി നിന്ന എന്റെ ജീവിതം
നിന്റെ മിഴിമുനത്തിളക്കത്താൽ
സ്ഫടികശോഭയുള്ള ഒരു പ്രവാഹമായ്
നീയറിയാതെ നിന്റെ ചലനങ്ങൾ എന്നെ പ്രലോഭിപ്പിച്ചു
നിന്റെ അസാന്നിദ്ധ്യം പോലും എന്നെ തരളിതനാക്കി
നിന്റെ വചനങ്ങളിൽ ഞാൻ സ്വർഗ്ഗത്തിന്റെ അമൃത് രുചിച്ചു
നിന്റെ സാമീപ്യം എന്നെ നക്ഷത്രങ്ങളുടെ വാഹകനാക്കി
തീർത്തും വിഭിന്നമായ ഇത്തരമൊരു ആനന്ദാനുഭവത്തിന്
ഞാൻ യാദൃശ്ചികതകളോട് മാത്രം നന്ദി പറയുന്നു

യാഥാർത്ഥ്യത്തിനപ്പറം, തലയുയർത്തിനില്ക്കുന്ന വിശ്രുദ്ധി
പലപ്പോഴും സൗഹാർദ്ദഭാവത്തോടെ
എന്റെ രക്തമാംസങ്ങളിൽ മുഖമുരുമ്മി നിന്നിട്ടുണ്ട്
ആ നിമിഷങ്ങളിൽ ഞാൻ ഓർത്തിരുന്നത്
നാം തമ്മിലാദ്യമായ് കണ്ടപ്പോൾ
നീ പകർന്ന മന്ദഹാസമുണ്ടല്ലോ
അത് മാത്രമായിരുന്നു

ഉദിക്കുമ്പോൾ തന്നെ അസ്തമിക്കുന്ന ഒരു നക്ഷത്രം
എന്റെ ശിരോനാഡിയിലുണ്ടായിരുന്നു
നിന്റെ ആദ്യചുംബനത്തിന് ശേഷം അത് തന്റെ അനിവാര്യമായ
അസ്തമനം മറന്നേ പോയിരിക്കുന്നു

നിന്നെ ഞാൻ എന്തു പേരിട്ട് വിളിക്കും?
ഒരു പേര് വിളിച്ചാൽ ബാക്കിയുള്ള
വിശേഷനാമങ്ങളെല്ലാം അസാധ്യവായിപ്പോകില്ലേ?
പൃച്ചയെപ്പോലെ പതുങ്ങുന്നവളും
കുതിരയെപ്പോലെ കുതിക്കുന്നവളും
പാമ്പിനെപ്പോലെ ചീറ്റുന്നവളും
മയിലിനെപ്പോലെ നൃത്തമാട്ടുന്നവളും
കാട്ടരുവിയെപ്പോലെ പിടഞ്ഞൊഴുകുന്നവളും നീ തന്നെയല്ലേ?
നിനക്കല്ലാതെ മറ്റാർക്ക് കഴിയും
മഴവില്ലിൽ നക്ഷത്രങ്ങളെ കോർക്കാൻ?
സ്വപ്ങ്ങളിൽ രക്തമഴ പൊഴിക്കാൻ?

നീ എന്നെ അവഗണിച്ചാൽ
എനിക്ക വീണ്ടും
ആ മരുഭ്രജീവിതം തെരഞ്ഞെടുക്കേണ്ടി വരും
എന്റെ ആത്മാവിൽ
നിരന്തരം നിലവിളിക്കുന്ന ഒരു പിഞ്ചുകുഞ്ഞുണ്ട്
നിന്റെ അസാന്നിദ്ധ്യത്തിൽ
അത് ഹൃദയം പിടഞ്ഞ് മരിച്ചപോകും
വരിക, പുലർകാലത്തിന്റെ കന്യേ,
സ്വർഗ്ഗം മണ്ണിലാണെന്ന് എന്നെ പഠിപ്പിച്ച ദേവതേ,
വരിക, ഇരുട്ടിന്റെ വ്യഞ്ജനങ്ങളിൽ
വെന്തുനീറുന്ന എന്നെ, നീ നിന്റെ
വെളിച്ചത്തിന്റെ സ്വരാക്ഷരങ്ങളിലേക്ക കൂട്ടിക്കൊണ്ടുപോക

 പ്രണയത്തിന്റെ പരമാനന്ദഗീതം

പുനർജ്ജനിയുടെ സ്വർഗ്ഗവാതിൽ

നിന്റെ സാമീപ്യം
എന്നെ പുഞ്ചിരിക്കുന്ന നക്ഷത്രമാക്കുന്ന
നിന്റെ സ്പർശനം
എന്നെ സ്ഫടികം പോൽ സുതാര്യമാക്കുന്ന
നിന്റെ ഗഹനത
എന്നെ വാഴ്വിന്റെ ഉന്നതികളിലേക്ക നയിക്കുന്ന
നിന്റെ ഔന്നത്യങ്ങളിൽ
ഞാൻ സമരസപ്പെടലിന്റെ താഴ്മ അനുഭവിക്കുന്ന
നിന്റെ അകത്തളങ്ങളിൽ ഞാനൊരു പുറമ്പോക്കുകാരൻ
നിന്റെ പുറംകാഴ്ചകളിൽ ഞാൻ ഒരു അകവേലി
നിന്റെ വേദന എനിക്ക് വേദമാകുന്നു
നിന്റെ കണ്ണീരിൽ നിന്ന് പുനർജ്ജനിയുടെ പിറാവുകളുണരുന്ന
ജന്മാന്തരങ്ങളിലൂടെ നീളുന്ന
ഒരു കിട്ടാക്കടം പോലെ നിന്റെ സ്നേഹം.
എത്ര കിട്ടിയാലും മതിവരാത്ത നിന്റെ സ്നേഹം
എന്നെ നിരന്തരം ഉമിത്തീയിലെരുകുന്ന ശലഭമാക്കി മാറ്റുന്ന
ഒരിക്കലും സഫലമാകാത്ത നിർവൃതിയുടെ സമ്മാനം പോലെ
നിന്റെ സ്നേഹം
എന്നെ ഗൂഢസൗന്ദര്യങ്ങളുടെ സ്വർഗ്ഗവാതിലിലേക്ക് നയിക്കുന്ന

നിനക്കേറ്റവും ഭാരമെന്നു തോന്നുന്ന കുരിശ് തന്നെ
എനിക്ക സമ്മാനിക്കൂ

അത് നിന്റെ ജീവിതമാകട്ടെയെന്ന്
എന്നിലെ കോമാളി ആഗ്രഹിക്കുന്നു
നിന്നിലേക്കുള്ള ഓരോ യാത്രയും കുറെ ഇടങ്ങൾ
ബാക്കിനിർത്തും പോലെ തോന്നിപ്പിക്കുന്നു
ഉണ്മയുടെ ഉജ്ജ്വലതാഴ്‌വാരമേ,
നിന്റെ വികാരങ്ങളുടെ ജാലികത
എന്നെ എന്റെ തോല്‌വികളിൽ നിന്നെല്ലാം കരകയറ്റുന്നു

  പ്രണയത്തിന്റെ പരമാനന്ദഗീതം

സ്നേഹത്തിന്റെ തണലിൽ
ഒരു പ്രവാഹം

ജനനമരണങ്ങൾ രണ്ടു ബിന്ദുക്കൾ
അവയ്ക്കിടയിൽ നൊമ്പരവും ചുമന്നുനടക്കുന്ന ഒരു പ്രാണൻ
അതിന് ഒരാശ്വാസം നിന്റെ സ്നേഹം മാത്രം
നിന്നെ സ്നേഹിച്ച ശേഷമാണ്
ഞാൻ ജീവിതത്തെ സ്നേഹിച്ചുതുടങ്ങിയത്
എന്റെ ജീവിതം ഇപ്പോൾ പൂർണ്ണമായും നിന്നിലായിരിക്കുന്നു
നിന്റേതായൊരു തീരുമാനം നീ എടുക്കുമ്പോൾ
അതു എന്റേതുകൂടിയായിത്തീരുന്നതിനു കാരണം അതത്രേ

ഉമിത്തീ പോലെ സ്നേഹം എന്റെയുള്ളിൽ ഉരുകിനില്ക്കുന്നു
അതിന്റെ പീഢയിൽ ആനന്ദിക്കുകയാണ് ഞാൻ
നിർബന്ധങ്ങളില്ലാതെ നിന്നെ ഞാൻ സ്നേഹിക്കുന്നില്ല
ഏതെങ്കിലും ശാസനകളില്ലാതെ
നിന്നെ സമീപിക്കുവാൻ ഞാനുദ്ദേശിക്കുന്നില്ല
ഇത്രയും വേദന, ഇത്രയും സ്നേഹം
താങ്ങാൻ ഞാൻ അശക്തനാണെന്നു മാത്രം പറഞ്ഞുകൊള്ളട്ടെ
നീ എന്റെ സ്വീകരണിയാകൂ
എന്നെ ഞാനാകുന്ന വേദനയിൽ നിന്നൊന്നു രക്ഷിക്കൂ

ജീവിതം സ്ഫടികഗോളസമാനം
മനോഹരവും എന്നാൽ നൈമിഷികവുമായത്
ചപലങ്ങളായ കൈകളിൽ കിടന്ന് പിടയുന്നതിനേക്കാൾ

അതിന് പൊട്ടിത്തകരുന്നതാണ് നല്ലത്
വികാരങ്ങൾ നയിക്കുന്ന ഒരു തേരിലാണെന്റെ യാത്ര
ഒരു ഭ്രാന്തൻ കുതിരയുടെ വേഗത്തിൽ
ഞാൻ നിന്നിലേക്കു സഞ്ചരിക്കുന്നു
നിയമങ്ങളെക്കുറിച്ചോ നിയന്ത്രണങ്ങളെക്കുറിച്ചോ
ഞാനിപ്പോൾ ചിന്തിക്കാറേയില്ല
നിന്നെ കാണുക, നിന്നിൽ വീണലയിക്കുക
എന്നത് മാത്രമാണ് ലക്ഷ്യം

എനിക്കായ് നീ എന്തുചെയ്തു എന്നു ഞാൻ ചോദിക്കുന്നില്ല
നിനക്കായ് ഞാൻ എന്റെ ജീവിതം മാറ്റിവയ്ക്കുന്നു
നിന്റെ അസിഹിഷ്ണുതയിൽ
എന്റെ പ്രാണന്റെ പൂമ്പാറ്റകൾ വെന്തുനീറട്ടെ
നിന്റെ വെറുപ്പിന്റെ ഹിമപാളിയിൽ
എന്റെ അഗ്നിക്കിനാവുകൾ മയങ്ങിക്കിടക്കട്ടെ
നിന്നെ സ്വർഗ്ഗത്തിലേക്കുയർത്തുന്ന സ്വപ്നത്തിന്റെ അങ്ങേച്ചെരുവിൽ
ചെകുത്താൻ കാവൽനില്ക്കുന്ന തകർന്ന സങ്കല്പ്പം തന്നെ ഞാൻ!

നിനക്കു മുമ്പ് എന്റെ സ്നേഹം പങ്കിട്ടെടുത്ത്
ചിറകൊടിഞ്ഞ കിളികളും ഞെട്ടിൽ നിന്നടർന്ന പൂക്കളും
കാറ്റുമൂടിയൊരാകാശവുമൊക്കെയാണ്
ഇപ്പോൾ, ജീവിതത്തിൽ ആദ്യമായ്
നൽകുന്നതെല്ലാം എനിക്ക് തിരികെ ലഭിക്കുന്ന
നിന്റെ സ്നേഹത്തിന്റെ തണലിൽ ഞാനൊരു പ്രവാഹമാകുന്നു

നിന്നെ കാണുവാൻ മാത്രമായ്
ഇവിടെ വന്നവനാണു ഞാൻ
നിന്റെ പാട്ട് കേൾക്കുവാൻ മാത്രമായ്
ഇവിടെ നില്ലുവോനാണു ഞാൻ
എനിക്കു വേണ്ടി നീ അണിഞ്ഞൊരുങ്ങൂ
എനിക്കു വേണ്ടി നീ സ്വരങ്ങളുതിർക്കൂ
എന്റെ അസംതൃപ്തിയുടെ ആഴങ്ങളിൽ
ഞാനൊരു നക്ഷത്രത്തെ ദത്തെടുക്കട്ടെ!

സംവേദനങ്ങളുടെ സ്പന്ദനതന്ത്രു

മാംസം ഒരു പാപമാണെന്ന തെറ്റിദ്ധാരണയിൽ
വലഞ്ഞ ഒരു കാലത്താണ്
പ്രണയമേ,
നീ എന്റെ മുന്നിൽ മാംസത്തിൽ അവതരിച്ചത്
നിന്റെ പേരെന്തായിരുന്നു?
ഓർമ്മയില്ല
മാംസളമായ ഓർമ്മകളിൽ അക്ഷരങ്ങൾക്ക് വിലയില്ല
അവിടെ വികാരത്തിന്റെ തീച്ചുളയിൽ
എന്റെ രക്തദാഹങ്ങൾക്കു തീ പിടിക്കുന്നു
നിന്റെ പ്രണയം എന്റെ നിദ്രകൾ കവർന്നെടുത്തു
പകരമായ് ഞാൻ ചോദിക്കുന്നത് നിന്റെ സ്വപ്നങ്ങളപ്പാടെയാണ്

നിരാസത്തിലേക്ക് കാൽവച്ച് ജനിമൃതികളോട് കലഹിച്ച്
പാതയോരത്ത് നിന്നവനാണ ഞാൻ
നീയെന്നെ ക്ഷണിച്ചത് നിന്റെ ആഴങ്ങളിലേക്കായിരുന്നു
അവിടെ ഞാനെന്റെ അരക്ഷിതത്തിന് കൂട്ടം
അപഭ്രംശങ്ങൾക്ക് ഒരുങ്ങിയാലും കണ്ട
കൂട്ടിൽ ഞാൻ കയറിയില്ല
ഊഞ്ഞാലിൽ ആടുകയാണിപ്പോഴും

വിജനമായ താഴ്വരയിൽ ഒരു കൊച്ചുമൺകുടിലിൽ
പുലരി തൊട്ട സന്ധ്യവരെ മതിമറന്ന പാട്ടുപാടാൻ മാത്രം
കൊതിച്ചവനായിരുന്നു ഞാൻ

ഇപ്പോൾ നീ മുന്നിൽ വന്നപ്പോൾ,
മുന്നിൽ നിന്നൊരു മിന്നലുപോലെ മാഞ്ഞപ്പോൾ
ഞാൻ ശൂന്യനാക്കപ്പെട്ടിരിക്കുന്നു
എന്റെ പ്രിയഗാനങ്ങളെല്ലാമേ ഞാൻ മറന്നുപോയിരിക്കുന്നു
ഹേ രാജകുമാരീ, എനിക്ക് വേണ്ടത്
നിന്റെ രാജ്യമോ സൈന്യമോ പ്രതാപങ്ങളോ ഒന്നുമല്ല
നിന്നെത്തന്നെയാണ്
നീയാണെന്റെ ലക്ഷ്യം
വരൂ, എന്നിലേക്ക് വരൂ.
ജീവിതത്തിൽ ഒരു ഗാനമെങ്കിലും
എനിക്ക് മുഴമിപ്പിക്കേണ്ടതുണ്ട്!

ഒരു പുഴ മേഘങ്ങളെ വിളിച്ചകേഴുന്നതുപോലെയും
ഒരു പുൽക്കൊടി ഒരു നക്ഷത്രത്തോട്ട വിലപിക്കുന്നതുപോലെയും
തീരെ താണുപോയിരിക്കുന്നു എന്റെ പ്രണയാഭ്യാർത്ഥനകളെങ്കിൽ
എന്നോട് ക്ഷമിക്കുക
എന്തെന്നാൽ നീ എനിക്ക് ശ്വാസം പോലെ ഒരാവശ്യകതയാകുന്ന
ശിരോനാഡിയിൽ അതിഥികളായ് വരാറുള്ള
സകല ഉന്മാദങ്ങളെയും ഞാനെന്റെ സഹായത്തിനു വിളിക്കുന്നു-
നിന്നെ എന്റെ സംവേദനങ്ങളുടെ ഒരു സ്പന്ദനതന്തുവാക്കാൻ!

കൈക്കുടന്നയിൽ ഒരു സമുദ്രം

പ്രണയം എന്റെ മതമാകുന്നു
ഹൃദയം കോവിലും
പൂജാരി ഞാൻ തന്നെ
ആരാധ്യദേവത നീയും

ഞാൻ എന്നതു നിന്റെ ഹൃദയം പേറുന്ന
ഒരു സങ്കല്പം മാത്രമാകുന്നു
നിന്നെ ആദ്യം കണ്ട നിമിഷം
എന്നെ ഒരു പമ്പരമെന്ന പോലെ
നിരന്തരം കറക്കുന്നു
എനിക്ക് ആകെ ചെയ്യാനാവുന്ന സംഗതി
നിനക്കും ആ നിമിഷത്തിനും വേണ്ടി
നിർത്താതെ നൃത്തം ചെയ്യുക എന്നതു മാത്രമാണ്

കൈക്കുടന്നയിൽ സമുദ്രമൊളിപ്പിക്കാൻ പാടുപെടുന്ന
ഒരു കുട്ടിയാണ ഞാൻ
നിന്റെ പ്രണയം എന്റെ ഹൃദയത്തിന്റെ കരകൾ മുറിച്ചൊഴുകുന്ന
എന്റെ ആത്മാവോ ജലീയമായിരിക്കുന്ന
യാത്ര ചെയ്ത് ഏറെ തളർന്നവനാണ് ഞാൻ
എവിടെയും തേടിയതു ഒരു തണൽമരമായിരുന്ന
ഇപ്പോൾ സജലങ്ങളായ നിന്റെ മിഴികളിൽ
ഞാനെന്റ ജീവിതത്തിന്റെ കൂട്ട കാണുന്നു

നിന്റെ പ്രണയം ഒരു മുള്ളാണ്
മുള്ള് തറച്ച ശേഷം എന്റെ ഹൃദയത്തിൽ നിതാന്തവേദന
ഈയൊരു വേദനയുടെ ആവർത്തനത്തിന്
എല്ലാ ആനന്ദങ്ങളും ഞാൻ കാട്ടിൽ വലിച്ചെറിയുന്നു
എന്നെത്തന്നെയും മരുഭൂവില്പേക്ഷിക്കുന്നു
ഈ വേദന, തുടിക്കുന്ന ഹൃദയം മാത്രമാക്കി
എന്നെ നിലനിർത്തുന്നു

നീയെന്നെ പ്രണയത്തിന്റെ വിഷക്കോപ്പ കുടിപ്പിച്ചു
എന്റെ സ്വപ്നങ്ങൾ ഗഗനനീലിമയിൽ പടർന്ന
തിരശ്ശീലയ്ക്കപ്പുറം നീ മറഞ്ഞിരിക്കുന്നു
നിന്റെ സ്നേഹം എന്നെ നിരന്തരം പരീക്ഷിക്കുന്നു
നിന്റെ പ്രണയചാപല്യങ്ങൾ
എന്നെ വിരക്തിയിലേക്കും മരണത്തിലേക്കും നയിക്കുന്നു
നിന്നെയെനിക്ക നഷ്ടമാകുക എന്നുപറഞ്ഞാൽ
പൊരിവെയിലത്ത് തീയിൽ നടക്കുക എന്നതിനു തുല്യം

ശരീരങ്ങൾ അകന്നിരിക്കുമ്പോഴാണ്
ഹൃദയങ്ങൾ ഏറ്റവുമടുത്തുവരുന്നത്
ഇപ്പോൾ നിന്റെ അസാന്നിദ്ധ്യത്തിന്റെ ഹിമശിലയിൽ
ഞാൻ പ്രണയത്തിന്റെ സൂര്യലിഖിതം കുറിച്ചിരിക്കുന്നു
ഈ ശൂന്യതയിൽ പ്രിയേ, നീ വെളിച്ചപ്പെട്ടുക!
ഞാൻ സ്വപ്നമയൂഖങ്ങളുടെ പാട്ട് പാടാം!!

 പ്രണയത്തിന്റെ പരമാനന്ദഗീതം

സഫലതയുടെ
താരകാക്ഷരങ്ങൾ

നീലിമയായ നീലിമയെല്ലാം കടലിലൊതുക്കാൻ ശ്രമിച്ച്
പരാജയപ്പെട്ട ദൈവം നിന്റെ മിഴികൾ സൃഷ്ടിച്ച
നിന്നിലേക്കുള്ള എന്റെ പാതകൾ ഒരിക്കലും നിലയ്ക്കുന്നില്ല-
നിനക്ക് വേണ്ടിയുള്ള കാത്തിരിപ്പുകൾ പോലെ.
ഏകാന്തസുന്ദരമായ നിന്റെ മടയിലേക്ക് ഒറ്റയ്ക്കാണെന്റെ യാത്ര
വിസ്തൃത വനതടങ്ങൾ കടന്ന് നിന്റെ ശാന്തരയൗദ്രയിലേക്ക്
ഞാൻ അടിവച്ചടുക്കുമ്പോൾ അസൂയ നിറഞ്ഞ
എല്ലാ കണ്ണുകളും എന്നിലേക്കൊഴുകിയെത്തുന്ന
രാവിന്റെ കറുത്ത കൈകൾ എന്നെ ആകാശത്തേക്കുയർത്തുന്ന
പകലിന്റെ നെറികെട്ട യാഥാർത്ഥ്യബോധം
എന്ന വിരസമായ ദൈനംദിനങ്ങളിലേക്ക് തിരിച്ചെടുക്കുന്ന

വിരഹത്തിന്റെ ചതുപ്പിലേക്ക് പാഞ്ഞടുക്കുന്ന എന്റെ പാദങ്ങളെ
നിന്റെ നിലയ്ക്കാത്ത കുസൃതി അറിഞ്ഞുതള്ളുന്ന
നിന്റെ നിരന്തരമായ അനുഭൂതിയിൽ നിന്ന്
എന്റെ വിസ്മയത്തിന്റെ ചിറകുകൾ ഉടലെടുക്കുന്ന
നിന്റെ പുഞ്ചിരി ആകാശങ്ങളിലേക്കുള്ള വാതില്യം
നിന്റെ സാമീപ്യം സ്വപ്നദർശനമായും ഭവിക്കുന്ന

എന്റെ ശരീരമാകെ ഒരു നക്ഷത്രം ഒഴുകി നടക്കുന്ന
ഞാൻ ഒരു കുന്നു കർപ്പുരമായ് ഉരുകുകയാണ്
എന്റെ ബോധത്തിന്റെ കാട്ടുകളിൽ

പ്രണയത്തിന്റെ തീ പടർന്നുപിടിക്കുന്ന
വരിക!
സകലതിരക്കുകളും മാറ്റിവച്ച് ഒരു നിമിഷം
നീ എന്റെ മുന്നിൽ വരിക
നിന്റെ സർവാഡംബരവിഭ്രഷിതമായ
അഹംഭാവങ്ങളോടെ തന്നെ വരിക
ഇതുവരെ നിഷ്ഫലമെന്നു ഞാൻ കരുതിയ
വേദനയുടെ ഈ നരകപ്പുസ്തകം
അതായത് എന്റെ ജീവിതം
സഫലതയുടെ താരകാക്ഷരങ്ങൾ പേറാൻ-
ഒരു നിമിഷമെങ്കിലും ജീവിതത്തിന്റെ സുൽത്താനെന്ന്
എനിക്ക് സ്വയം കരുതാൻ
വരിക-
നിലാവിന്റെ കടലേ,
എന്റെ രാവിന്റെ കയങ്ങളിൽ!

പ്രണയത്തിന്റെ
അധികാരപ്പെടൽ

പുഞ്ചിരിയുടെ പൂവ്വുകൾ
സ്നേഹത്തിന്റെ പ്രവാചകരാകുന്ന സുപ്രഭാതത്തിൽ
ഞാൻ നിനക്കൊരു ചുംബനം നല്ലും
നീയപ്പോൾ ഒരു ശലഭമായ് മാറും
നിന്റെ ചിറകടികൾക്ക കീഴിൽ എന്റെ മൗനങ്ങൾ തളർന്നുറങ്ങും
നിന്റെ വിശാലമായ വർണ്ണപ്രഭയ്ക്കിടയിൽ
എന്റെ ഇരുൾ ഒരൊളിയിടം കണ്ടെത്തും

പലപല വാതിലുകൾ ഞാൻ കാണുന്നു
അവയില്ലൂടെ കയറിയിറങ്ങി ഞാൻ നടക്കുന്നു
അകത്തേക്കാണോ പുറത്തേക്കാണോ എന്ന് നിശ്ചയമില്ല
എനിക്ക രക്ഷപ്പെട്ടേ മതിയാകൂ
എന്നിൽത്തന്നെയുള്ള എന്റെ വിസ്ഫോടനത്തിന്
എനിക്ക നിന്നിലേക്കുള്ള അപരിചിതത്വത്തിന്റെ പാലം
തകർത്തേ മതിയാകൂ
എന്റെ വാക്കുകൾക്കിടയിൽ നിന്നോട്ടുള്ള
പ്രതിഷേധവും വേദനയും പുണർന്നുകിടക്കുന്ന
എന്റെ മിഴിനീരിൽ വിരിയുന്ന മയിൽപ്പീലിയും ചൂടി
ഒരുവേള നീയെന്റെ മുന്നിലൊന്ന നൃത്തമാട്ട
എന്നെ ഹിംസിക്കുന്ന ധൂമകേതുക്കൾ നോക്കിനില്ക്കേ
ഞാനൊരു നക്ഷത്രമാകട്ടെ!

നിന്റെ ഇഷ്ടം നേടാൻ ഈ ഭൂമിയെ
ഞാനൊരു പമ്പരം പോലെ കറക്കും
നിന്നോടുള്ള പ്രണയം എന്നെ എല്ലാറ്റിനും അധികാരപ്പെടുത്തുന്നു!

ഹൃദയം നിർമ്മലമാകുമ്പോഴെല്ലാം ഞാൻ നിന്നെയോർക്കുന്നു
നീയെനിക്ക ഒളിച്ചിരിക്കാനുള്ള ബാല്യവും
തിമർത്തുക്കുത്താടാനുള്ള കൗമാരവുമാണ്
നിന്റെ ഊടുവഴികളിൽ ഞാൻ പിച്ചവച്ചനടന്നു
നിന്റെ താഴ്വരകളിൽ ഞാൻ നിലയ്ക്കാത്ത നാദമായ്
നിന്റെ ഗഹനതകളെന്നെ സത്യത്തിന്റെ പ്രവാചകനാക്കി
നിന്റെ വെളിച്ചങ്ങളെന്നെ വിശുദ്ധമായൊരു മൗനത്താൽ ദംശിച്ച

നീ എന്നത് ഒരു വസ്തു അല്ല
യാഥാർത്ഥ്യത്തിന്റെ ഘനതയിലേക്ക് മെല്ലെ നീങ്ങിക്കൊണ്ടിരിക്കുന്ന
എന്റെ സ്വപ്നത്തിന്റെ ജലീയമായ ഒരംശം തന്നെ
നീ ഒരു നേരം ചൂടിയെറിഞ്ഞ പൂവുകൾ മതിയല്ലോ
ഒരായിരം വസന്തങ്ങൾക്കസൂയ തോന്നിക്കുവാൻ!

ഞാനൊരു മേഘമാണ്
ഒഴുകിനടക്കലാണെന്റെ അസ്തിത്വം
മണ്ണിലിറങ്ങുമ്പോൾ ഞാനില്ലാതാകുന്നു
എങ്കിലും നിന്റെ അടുത്തിരിക്കാൻ മാത്രം
ഞാനിങ്ങനെ വന്നുപോകുന്നു.
സ്നേഹത്തിന്റേതായ ആ വിശുദ്ധ നിമിഷങ്ങളിൽ
മരണമില്ലാത്ത സ്വപ്നങ്ങളുടെ പേരിൽ
നാം സ്വർഗ്ഗത്തിലേക്കയർത്തപ്പെടുന്നു
നാം അനശ്വരസത്യത്തിന്റെ വക്താക്കളായി മാറുന്നു

നിന്റെ പ്രണയം കൊടുങ്കാറ്റ് പോലെ
എന്റെ ഹൃദയവനങ്ങളെ ആട്ടിയുലയ്ക്കുന്നു
എന്റെ സ്വപ്നങ്ങളിലെല്ലായ്പ്പോഴും നിന്റെ നക്ഷത്രം ചിറകടിക്കുന്നു
എന്റെ വേദനകൾ വിശുദ്ധമായ പ്രാർത്ഥന പോലെ
ഉറക്കെച്ചൊല്ലാൻ എനിക്കിപ്പോൾ കഴിയും
എന്തെന്നാൽ അവ കേൾക്കാൻ ഒരാളുണ്ടല്ലോ എന്ന സമാധാനം
എന്നെ കഷ്ടതകൾക്കിടയിലും പുഞ്ചിരിക്കാൻ പ്രേരിപ്പിക്കുന്ന
നമ്മൾ ഒന്നിന്റെ തന്നെ പിരിവുകളാണെന്നും

     പ്രണയത്തിന്റെ പരമാനന്ദഗീതം

കാലങ്ങളായ് നമ്മൾ
പിരിഞ്ഞും ഒന്നിച്ചും കൊണ്ടിരിക്കുകയാണെന്നും
നമ്മുടെയുള്ളിലെ ആശങ്കകൾ തിരിച്ചറിയുന്ന നിമിഷം
നാം മാനുഷികത്വത്തിന്റെ കേവലസ്വത്വം വെടിഞ്ഞ്
പ്രാപഞ്ചികതയുമായ് സാത്മ്യം പ്രാപിക്കുന്നു

ഒരുമിച്ചിരിക്കാം, മരണംവരെയും

എനിക്കുപോലും എന്നെ മനസ്സിലാക്കാൻ
കഴിയാത്ത ചില നിമിഷങ്ങളുണ്ട്
മാനുഷികമായ വലയ്ക്കുള്ളിൽനിന്ന് സ്വതന്ത്രമാകുന്ന
അത്തരം നിമിഷങ്ങളിൽ വിലോഭനീയമായ ഒരു വിശുദ്ധി
എന്നെ പൊതിഞ്ഞുനില്ലാറുണ്ട്
അപ്പോഴെല്ലാം നീ എന്നിലേക്ക്
ഒരു സ്വപ്നത്തിന്റെ നിഴൽ പോലെ ഒഴുകിയെത്താറുണ്ട്
എന്റെ മൂഢത നിന്നെ മാത്രം ആശിക്കുമ്പോൾ
എന്റെ നിർവ്വികാരത നിന്നെ മാത്രം ആശ്രയിക്കുമ്പോൾ
എനിക്കിങ്ങനെ പറയാൻ തോന്നുന്നു
'ഞാനും നീയും ഒരിക്കൽ മരിക്കും
ഭൂമി നശിക്കും
പ്രപഞ്ചം ഇല്ലാതാകും.
എങ്കിൽപ്പിന്നെ നാമെന്തിന്
സ്നേഹം ഇങ്ങനെ മൂടിക്കെട്ടി ജീവിക്കണം?
വരൂ, എന്റെ പ്രണയമേ,
നമുക്ക് മരണംവരെയും ഒരുമിച്ചിരിക്കാം'

പ്രണയം വിലകെട്ടതാണെങ്കിൽ
എന്നെ ഏറ്റവും വിലകെട്ടവനായി ഗണിക്കൂ
നശ്വരമായ ഈ ലോകത്തിലെ
ഏറ്റവും ഹീനമായ കുറ്റകൃത്യം
പ്രണയിക്കുക എന്നതാണെങ്കിൽ
എന്നെ കുറ്റവാളിയെന്നു വിളിക്കൂ

   പ്രണയത്തിന്റെ പരമാനന്ദഗീതം

ചപലവികാരങ്ങളാല്‍ നിര്‍മ്മിതമായ വിക്ഷോഭത്തിന്റെ
ഒരു ചലനതന്മാത്ര ഞാന്‍
എനിക്ക ജീവിതമെന്നത്
കൈകളില്‍ നിരന്തരം വഴുതുന്നൊരു ഗോളം
പെട്ടെന്ന് അര്‍ത്ഥം വെളിവാക്കുന്ന എണ്ണച്ഛായാചിത്രങ്ങളില്‍
എന്നെ നിനക്ക കാണാനാകില്ല
എല്ലാ നിഴല്‍രൂപങ്ങള്‍ക്കും അകമേ
ഇരുളിന്റെ പന്തമായ് ജ്വലിക്കുന്നതു ഞാന്‍തന്നെ
ഞാന്‍ ഒരിരുണ്ടഭിത്തിയാകുന്നു
എന്നില്‍ത്തട്ടി പ്രകാശങ്ങള്‍ ചിന്നിച്ചിതറിവീഴുന്നു
എന്റെ തലയ്ക്കുള്ളില്‍ പ്രണയവും വിപ്ലവവുമാണ്
കലഹങ്ങളില്ലൂടെ നിന്നെ ഞാന്‍ സ്നേഹിക്കുന്നു
എന്റെ ഹൃദയത്തില്‍ ദുഃഖങ്ങളും സ്വപ്നങ്ങളും മാത്രം
നിന്റെ ഓര്‍മ്മകള്‍ ദുഃഖസ്വപ്നങ്ങളായ്
എന്നെ പിന്‍തുടര്‍ന്നുകൊണ്ടേയിരിക്കുന്നു

ഞാനും നിന്റെ പ്രണയവും നിനക്കുത്തരമാകുന്നില്ലെങ്കില്‍
എറിയൂ വലിച്ചെറിയൂ
ഏതു കുപ്പത്തൊട്ടിയിലേക്കെങ്കിലും എന്റെ ചേതനയെ.
ഭ്രാന്തെടുത്ത സങ്കല്പത്തിന്റെ അത്യുന്നതമായ ശൃംഗത്തില്‍
നിന്നാണെന്റെ വിലാപം
ഹേ വിശ്രുദ്ധേ, എന്നെ കാത്തുനില്ക്കാതെ പോകൂ
എന്നെ കേട്ടുനില്ക്കാതെ
എന്റെ കണ്ണീര്‍ കണ്ട് കലങ്ങാതെ പോകൂ-
സന്തോഷത്തിന്റെ മേച്ചില്‍പ്പുറങ്ങളിലേക്ക്.
നിന്നോട്ടുള്ള സ്നേഹം എന്റെയുള്ളില്‍ തന്നെയിരുന്നോട്ടെ
അതിന്റെ സാക്ഷാത്ക്കാരത്തിനായ്
വെറുതെ നീയെന്തിന് കഷ്ടപ്പെടണം?
രാജകൊട്ടാരത്തില്‍ നിന്ന് മണ്‍കുടിലിലേക്ക്
നീയെന്തിനിറങ്ങിപ്പോരണം?
ഞാന്‍ നിനക്കാരാണ്?
ഒന്നു വിളിച്ചാല്‍ ക്ഷുടയിറങ്ങിപ്പോരാന്‍ മാത്രം
വിശുദ്ധമായ ഏതു മന്ത്രമാണ് എന്റെ കയ്യിലുള്ളത്?
ഒന്നും തന്നെയില്ല
ഇടിച്ചിറങ്ങലിന്റെ കണ്ണീര്‍പ്പാടത്തേക്കിറങ്ങാതെ
പുഞ്ചിരിയോടെ തന്നെ മടങ്ങൂ!

പ്രണയത്തിന്റെ ബോധിവൃക്ഷം

നിന്നിലേക്കുള്ള ഓരോ യാത്രയും
കുറെ നിലങ്ങൾ ബാക്കിനിർത്തുന്ന
ശൂന്യതയുടെ നിത്യതാഴ്വാരമേ,
നിന്നോടുള്ള എന്റെ അഭിനിവേശം
സിരകളിൽ ഒരു തിരിച്ചറിവും
അസ്ഥികളിൽ ഒരു രോദനവുമായി പതിയിരിക്കുന്ന
നക്ഷത്രരഹിതമായ എന്റെ ആകാശങ്ങളിൽ
നീ ആയിരം ചിറകുള്ള മിന്നാമിനുങ്ങിന്റെ വെട്ടം
പുലരിയിലേക്കു തുള്ളുന്ന
ഇളവെയിലിന്റെ പതിഞ്ഞ പറക്കൽ
എന്റെ ഹൃദയത്തിന്റെ ആഴത്തിൽ
മൗനത്തിന്റെ സൗവർണ്ണദലങ്ങളാൽ പൊതിയപ്പെട്ട നിന്റെ മുഖം
എന്നും എനിക്കൊരു സ്വപ്നം തന്നെ
നിന്റെ ലാളനകളുടെ ചാന്ദ്രിമയിൽ
എന്റെ വികാരങ്ങളുടെ സൂര്യബീജങ്ങൾ നർത്തനം ചെയ്യുന്ന
നിന്റെ വാചാലതയുടെ ഹിമശൃംഗങ്ങളിൽ
എന്റെ ഹിംസാവാസനകളുടെ ദുഷ്ടമൃഗങ്ങൾ
വിശുദ്ധിയുടെ സഹസ്രാരപത്മത്തെ ധ്യാനിച്ചുനില്ലുന്ന

വാക്കുകൾ കിട്ടാതെ മനം പതറുമ്പോഴെല്ലാം
ഞാൻ നിന്റെ ഓർമ്മയുടെ
മൗനകുടീരങ്ങളിലേക്ക് മടങ്ങിയെത്തുന്ന
നിന്നെ ഒരു മാത്ര കണ്ടെങ്കിലുംമതി എന്ന്

 പ്രണയത്തിന്റെ പരമാനന്ദഗീതം

ഈ വിശ്വമാകെയും നിലവിളിക്കുമ്പോൾ
ഞാൻ പിടയുന്നൊരു അഗ്നിമരമായി പുനർജ്ജനിക്കുന്നു

എന്നും നിന്റെയുള്ളിൽ വസിക്കുവാൻ
എന്റെയുള്ളിലെ പക്ഷി നിനയ്ക്കുന്നു
നിനക്കറിയാത്ത ഭാഷയിൽ
എന്റെ വേദന നിന്നോട് സംസാരിക്കുന്നു
നിനക്ക് പരിചയമില്ലാത്ത ദൃശ്യത്തിൽ
ഞാൻ ഒരു കോമാളിയുടെ വേഷം പകർന്നാട്ടുന്നു
പ്രകാശമേ, എന്നിൽ നീ ഉണർന്നാലും!
ഉഷസ്സിന്റെ നിമിഷമേ, നീ എന്നിലെരിഞ്ഞാലും!
എന്നിൽ നിന്ന് നിന്നിലേക്കുള്ള ദൂരം
എന്നെ നിത്യവും പരിഹസിക്കുന്നു
നിന്നെ നോക്കിയിരിക്കുമ്പോൾ നിന്നിൽ ഞാൻ ബദ്ധനാകുന്നു
നിന്റെ ഓർമ്മ മാഞ്ഞുപോകുമ്പോൾ ഞാൻ ബുദ്ധനാകുന്നു
എങ്കിലും എല്ലായ്പ്പോഴും
നിന്റെ പ്രണയംതന്നെ എന്റെ ബോധിവൃക്ഷം!

പ്രണയത്തിന് ഒരിക്കലും
ഒരു ഗരുഡനാകാനാവില്ല

ഇന്ദ്രനീലവർണ്ണം പടർന്ന രാത്രിയിൽ
ആരുടെയോ പുഞ്ചിരിപോലെ
വിടർന്ന നക്ഷത്രമുല്ലകളേ, പറയൂ
അവളെക്കുറിച്ച തന്നെ പറയൂ?
വേനൽമാസത്തിന്റെ നിറമാറിൽ
ചൂടുകൊണ്ടു വേവുന്ന വികാരങ്ങളെ
വീശിത്തണുപ്പിക്കാൻ വിശറിയുമായ്പ്പോകുന്ന
ശീതക്കാറ്റുകളേ, പറയൂ
അവളെക്കുറിച്ച തന്നെ പറയൂ

കാമുകനുള്ള സമ്മാനമെന്ന പോലെ കനവുകണ്ടേതോ
മഴക്കുരയിലിരുന്ന് കരിമിഴിയെഴുതുന്ന രാവേ,
പറയൂ എന്റെ പ്രേയസിയെക്കുറിച്ച് പറയൂ
അവളുടെ ശാന്തസുന്ദരനിദ്രയിൽ നീയെന്ത് കുസൃതിയാണ്
കാട്ടാൻ പോകുന്നത്?
നിന്റെ ലോലമനോഹരമായ തുവൽച്ചിറകുകൾ തൊട്ടുപോലും
അവളെ ഉണർത്തരുതേ
എന്നോട്ടുള്ള സ്നേഹത്തിൽ മയങ്ങി
സങ്കല്പത്തിന്റെ ഗഗനനീലത്തിലൂടെ
ഒരു കുഞ്ഞുമേഘമായ് പാറിപ്പോകുന്ന
എന്റെ പെണ്ണിന്റെ സ്വപ്നത്തെ
ചപലമായ വികാരങ്ങളോടെയുണരുന്ന നിലാവേ,
നീ തല്ലിക്കെടുത്തരുതേ!
അവൾ എന്റെ വിളക്കാണ്
അവൾ എനിക്ക വേണ്ടി എരിയുന്നു

പ്രണയമെത്ര സരളമാണ്!
അത് ഹ്രസ്വവും അതിനാൽത്തന്നെ സങ്കീർണ്ണവുമാണ്
അത് സത്യത്തിന്റെ കളിമൺശില്പവും
സൗന്ദര്യത്തിന്റെ മഞ്ഞുകൂടാരവുമാണ്
ഈ നിമിഷം സ്വർഗ്ഗത്തിൽ നിന്നൂർന്നിറങ്ങിയ പാലാഴിയത്രേ
എനിക്കതിൽ നീന്തണം, നീരാടണം
മതിമറന്ന ഒരു യാത്രികനാണ് ഞാൻ.

  പ്രണയത്തിന്റെ പരമാനന്ദഗീതം

വഴിതെറ്റിയോനല്ല-
യാത്രമതിയാക്കിയോൻ!

ഒരു കാമുകിക്ക് വേണ്ടി നിസ്സഹായനായ ഒരു കാമുകന്
ചെയ്യാനാകുന്ന ഏറ്റവും വലിയ കാര്യം കരയുക എന്നതാണ്
ഭ്രാന്തെടുത്ത പോലെ കരയുക
അതെ, ഞാനിപ്പോൾ കരയുക മാത്രം ചെയ്യുന്ന
എന്റെ സ്നേഹം പകുത്ത പെണ്ണേ,
നിന്റെ മിഴികളിൽ എത്ര ജന്മം ഞാൻ വാടകയ്ക്ക് താമസിച്ചു!
നിന്റെ അജ്ഞാതമായ പീഠഭൂമികളിൽ
എന്റെ യാത്രയുടെ നോവുകൾ കാണാം
നിന്റെ നിരാലംബമായ വിജനതകളിൽ
എന്റെ പദയാത്രയുടെ തിരസ്ക്കാരങ്ങൾ കാണാം

ഞാൻ തീർത്തും ഒറ്റപ്പെട്ടുനില്ക്കുന്ന ഒരു മരമാകുന്ന
കാതങ്ങൾ താണ്ടി എന്നെ മാത്രം തേടിയെത്തുന്ന
ഒരു പക്ഷിക്ക് വേണ്ടി
എന്നും തളിർത്തുനില്ക്കുകയാണ് ഞാൻ
വരൂ, നമുക്ക് പ്രണയസ്വപ്നങ്ങളോടൊത്തു ചേർന്ന്
സ്വർഗ്ഗത്തിന്റെ സീമകളിലേക്ക് പറക്കാം
പിരിയാനിടയുള്ള നിമിഷങ്ങളുടെ പേരിൽ
നരകത്തിന്റെ അടിവേരു തോണ്ടാം
നഷ്ടപ്പെട്ട ഒരായിരം ഓർമ്മകളുടെ പേരിൽ
വിലപിക്കാൻ തുടങ്ങുംമുമ്പ്
പങ്കുവച്ച സ്നേഹത്തിന്റെ പാഴ്മണൽത്തരികളെയോർത്ത്
ഒരല്പം ആനന്ദത്തിന്റെ മുന്തിരിനീരു കുടിക്കാം

കാനനാന്തരത്തിലെ
തിരിവെട്ടങ്ങൾ

നീയെന്നെ ശിക്ഷിക്കാനായെങ്കിലും ഒന്ന് സ്പർശിക്കൂ
നിന്റെ ലോലമായ കൈകളാൽ ആവുംവിധം
എന്നെ താഡിക്കൂ
എന്റെ നേർക്കൊരു പുഞ്ചിരി നല്കാൻ
നിന്റെ ചുണ്ടകൾ വിസമ്മതിക്കുന്നവെങ്കിൽ മടിക്കേണ്ട
കുപ്പിച്ചില്ലുകൾ വാരി എന്നെ എറിയൂ
ഞാനും നീയും നമുക്കാകുന്ന വിധം സമ്പർക്കത്തിലാണെന്ന്
എന്റെ പാവം ഹൃദയം സമാധാനിച്ചോട്ടെ
എന്തെന്നാൽ ഞാൻ പ്രണയത്താൽ ഭരിതനായിരിക്കുന്നു
എന്റെ ഹൃദയത്തിൽ നീ നിന്റെ കൈയൊന്ന് വയ്ക്കൂ
പ്രണയത്തിന്റെ ഒന്നല്ല, ആറല്ല
ഒരായിരം അഗ്നിശലഭങ്ങൾ അതിൽ നിന്നു
പറന്നുപോകുന്നത് നിനക്ക കാണാനാകും

നിനക്കായ് എഴുതപ്പെട്ട ഈ അക്ഷരങ്ങളോരോന്നും
ഓരോ രക്തത്തുള്ളികളാണ്
ഈ പ്രണയലേഖനം ഒരു രക്തപ്പുഴയാകുന്നു
അരികിലെത്തുമ്പോൾ മൗനം ഭജിക്കുന്നതും
അകലെയാകുമ്പോൾ അനന്തതയോളം വിസ്താരമേറുന്നതുമായ
ഈ വേദന
നിന്റെ സ്നേഹത്താൽ മാത്രമേ ധന്യമാവുകയുള്ളൂ
നിന്റെ അസാന്നിദ്ധ്യത്തിൽ
എന്റെ ഹൃദയം ഒരു കുന്ന് കർപ്പൂരമായി ഉരുകുന്നു
എന്റെ അബോധത്തിന്റെ കാട്ടകളിൽ
പ്രണയത്തിന്റെ തീ പടർന്നുപിടിക്കുന്നു
ദൂരെ നില്പാണെങ്കിലും എന്റെ ഹൃദയമേ
ഒരു മാത്ര നീയൊന്നു പുഞ്ചിരിക്കൂ-
ഒരു നേരത്തേക്കെങ്കിലും ഞാനൊരു സുൽത്താനാകട്ടെ!

ഇത്തിരി വെള്ളം ഒത്തിരി വെള്ളത്തിലേക്ക്
ഒഴുകിയെത്തുന്നത് പോലെ
എന്റെ പ്രണയമേ, എന്റെ വിളക്കേ

നിന്നിലേക്ക് പറന്നെത്തുകയാണ്
എന്റെ വിഭ്രാത്മകസങ്കല്പങ്ങൾ
പുനർജ്ജനിയുടെ പ്രതീക്ഷയിൽ
ഹേ വിശുദ്ധയായ കന്യാപുഷ്പമേ,
സ്വാർത്ഥതയുടെ മുൾമുനവച്ച മനസ്സുമായ്
നിന്റെ മുന്നിൽ ഞാൻ വന്നുനില്ക്കുന്നു
നിന്റെ നിഷ്കളങ്കമായ ഇതളുകൾ
കീറിമുറിക്കുകയാണെന്റെ വിരലുകൾ
നിന്റെ ഹൃദയത്തിൽ നിന്നു രക്തമൊഴുകുന്നതു കണ്ട്
ചിരിക്കുകയാണെന്റെ വ്യാമോഹങ്ങൾ
ഹാ! എങ്ങനെ ഞാനത് വെളിപ്പെടുത്തും!
നിന്നെ ഞാൻ മരണം പോലെ സ്നേഹിക്കുന്നു!

എന്റെ മനസ്സിൽ നിനക്കുള്ള സ്ഥാനം തന്നെയാണോ
നിന്റെ മനസ്സിൽ എനിക്കുള്ളതെന്ന് എനിക്കറിയേണ്ടതില്ല
അറിഞ്ഞാലുമില്ലെങ്കിലും നീ അവിടെ അങ്ങനെ തുടരും
എന്തെന്നാൽ നീ എന്റെ മനസ്സിന്റെ ആവശ്യകതയാകുന്നു
എന്തിനാണു നാം ഇങ്ങനെ യന്ത്രങ്ങളെപ്പോലെ ജീവിക്കുന്നത്?
സ്നേഹത്തിൽ എന്താണിത്ര മൂടിവയ്ക്കാനുള്ളത്?
സ്നേഹം ഒരു പോരാട്ടമാകുന്നു
എല്ലാ പ്രതിരോധങ്ങളെയും അത് തകർത്തെറിയുന്നു
സ്നേഹം ഒരു തിരിച്ചറിവാകുന്നു
അജ്ഞതയുടെ കാനനാന്തരത്തിൽ
അത് അറിവിന്റെ തിരി കൊളുത്തിവയ്ക്കുന്നു

വിഷാദിക്കുമ്പോൾ
വിശുദ്ധമാകുന്ന ഹൃദയം

പ്രണയം എന്നെ പാപാന്ധകാരത്തിലേക്ക് തള്ളിയിട്ടു
നീയറിയാതെ നിന്നെ ഞാൻ സ്നേഹിച്ച
ആത്മഹത്യയോളം പോന്ന പീഢാനുഭവത്തിലേക്ക്
അതെന്നെ നയിച്ചു
വേദന എനിക്കിപ്പോൾ ശ്വാസമായിരിക്കുന്നു
വിഷാദിക്കുമ്പോൾ വിശുദ്ധമാകുന്ന എന്റെ ഹൃദയം

എന്റെ ചിന്തകളെ ഉന്മാദത്തിലേക്കെത്തിച്ചത്
നിന്നോട്ടുള്ള എന്റെ സ്നേഹമൊന്നു മാത്രമാണ്
പ്രണയമെന്ന പീഢാനുഭവത്തിലൂടെ കടന്നുപോകുകയാണ് ഞാൻ
അതിലൂടെ ഇതുവരെയുള്ള എന്റെ എല്ലാ പാപങ്ങൾക്കും വേണ്ടി
ഞാൻ പ്രായശ്ചിത്തം നടത്തുകയാണ്

എനിക്കു വേണ്ടതു നിന്റെ ഹൃദയമല്ല
നിന്റെ ജീവിതം തന്നെയാണ്
നിന്നിലേക്കുള്ള പാലങ്ങളാകട്ടെ എന്റെ വാക്കുകൾ
ജീവിതമെന്ന രക്തനദി താണ്ടാൻ അവ നമ്മെ സഹായിക്കട്ടെ

നീ കാണുവാൻ വേണ്ടി മാത്രമാണ് ഞാനീ ചിത്രങ്ങൾ വരച്ചത്
നീ വായിക്കുവാൻ വേണ്ടി മാത്രമാണ് ഞാനീ കവിതകളെഴുതിയത്
എങ്കിലും നിന്റെ അസാന്നിദ്ധ്യത്തിൽ,
തിരസ്കാരത്തിന്റെ അവഹേളനത്തിൽ
ഞാനിവ തെരുവിൽ വച്ചിരിക്കുന്നു-
സ്വപ്നങ്ങൾ വില്പനയ്ക്ക്!

നിന്നെക്കുറിച്ചുള്ള ചിന്തയുടെ ആദ്യകിരണങ്ങൾ
ഹൃദയത്തിൽ പതിച്ച നാൾ മുതൽ സ്വപ്നങ്ങളിലെന്നല്ല,
എന്റെ ഓർമ്മകളിൽപ്പോലും
ഞാനൊരു തീക്കട്ട ചുമന്നാണ് നടക്കുന്നത്
എന്റെ ശിരസ്സു പുകയുകയും
ഞാനാകെ ഇരുണ്ടു പോകുകയും ചെയ്യുന്ന
ഓ! എന്റെ പ്രണയമേ,

ഈ വാക്കുകൾക്കിടയിലെവിടെയോ
വേദനയുടെ ഒരു മയിൽപ്പീലിത്തുണ്ടുണ്ട്
നീ അതും ചൂടി
ഒരു വേള എന്റെ മുന്നിലൊന്നു നൃത്തമാട്ടെ
ധൂമകേതുക്കൾ നോക്കിനില്ക്കെ ഞാനൊരു നക്ഷത്രമാകട്ടെ
നിന്റെ അസാന്നിദ്ധ്യത്താൽ
എന്റെ ഹൃദയമിന്നൊരു മരുഭൂമിയായിരിക്കുന്ന
അതിലൂടെ വേദനയുടെ കുരിശ്ശും ചുമന്നു ഞാൻ നടക്കുന്നു
നീയെന്ന നക്ഷത്രത്തിൽ
ഞാനെന്റെ വാക്കുകൾ കൊരുത്തിടുന്നു
നീയെന്ന കനകനൂലിൽ ഞാനെന്റെ ഗാനങ്ങൾ കോർക്കുന്നു

എന്റെ കിനാവിന്റെ യമുനയിൽ ഞാൻ വിഷം കലക്കി
നീയത് മോന്തിക്കുടിച്ചു
എന്റെ സങ്കല്പങ്ങളുടെ ആയിരംപത്തികളിൽ
ഒറ്റക്കാലിൽ നീ നൃത്തമാടി
എന്റെ ദാരിദ്ര്യത്തിന്റെ കുടിൽ
നിന്റെ പ്രണയത്തിന്റെ കൊടുങ്കാറ്റ് കവർന്നുകൊണ്ടുപോയി
പകരം ആനന്ദത്തിന്റെ ഒരു പുല്ലാങ്കുഴൽ തന്നു
എന്റെ സ്വപ്നങ്ങളുടെ ചെമ്മരിയാട്ടിൻപറ്റങ്ങളെ
നീ എന്നിൽ നിന്നു വഴിമാറ്റിച്ചു
പകരം സ്നേഹത്തിന്റെ ഒരു കാമധേനുവിനെ തന്നു
ഞാൻ തോറ്റിടത്തെല്ലാം നീ ജയിച്ച
എന്റെ ദൈന്യതയുടെ ഉടലിൽ
നീ നിന്റെ ഉജ്ജ്വലതയുടെ ശിരസ്സ് വയ്ക്കുന്ന
രാത്രികാലങ്ങളിൽ നിരാശയുടെ ആഴങ്ങളിൽ നിന്ന്
ഒരു പക്ഷിയുടെ പാട്ട് കേൾക്കാം
അതിൽ നിന്ന്
എനിക്ക നിന്നോട് പറയാനുള്ളതെല്ലാം നീ ഗ്രഹിക്കുമെന്ന
പ്രത്യാശയിൽ തത്കാലം ഞാൻ ഈ സ്വപ്നങ്ങളടയ്ക്കുന്നു!

ശുദ്ധഭാഷയിലെഴുതപ്പെട്ട ഒരു ചരിത്രരേഖ

ഇഷ്ടമുണ്ടെങ്കിൽ വെറുക്കരുത്
ഇഷ്ടമില്ലെങ്കിൽ സ്നേഹിക്കരുത്
എനിക്ക് പറയാനുള്ളതിത്ര മാത്രം
കടലോളം സ്നേഹമില്ലെങ്കിൽ
നീയാ മരുഭ്രവിൽ തന്നെയിരുന്നോളൂ
സ്നേഹത്തിന വേണ്ടി ഇറുത്തുകളയാൻ
ഒരു തുവൽപോല്യമില്ലെങ്കിൽ
നീയാ കൂട്ടിൽത്തന്നെയിരുന്നോളൂ

സങ്കല്പങ്ങളുടെ മലമടക്കുകളിൽ നിന്ന്
നോവുകളുടെ സമതലങ്ങളില്ലൂടെ സാഗരമേ
ഞാൻ നിന്നിലേക്കെത്തിയിരിക്കുന്ന
ജന്മാന്തരങ്ങളായ് നീളുന്ന ഈ യാത്രയുടെ ആനന്ദം
നിന്റെ ഓർമ്മകൾ മാത്രമായിരുന്നു
നിന്നിലേക്കുള്ള ഓരോ കാൽവയ്പുകളും
എനിക്കോരോ സ്വർഗ്ഗങ്ങൾ നീട്ടിവയ്ക്കുന്ന
സ്നേഹത്താൽ മനം ഭ്രാന്തെടുത്തുപോകുമ്പോൾ
വാക്കുകൾ പ്രവാഹങ്ങളായ് മാറുന്ന
അവ അസ്വാതന്ത്ര്യത്തിന്റെ ചങ്ങലകൾ പൊട്ടിച്ച്
ശുദ്ധാർത്ഥങ്ങളുടെ ഗഹ്വരങ്ങളിലേക്കൊഴുകിപ്പോകുന്ന
അഗ്നിയായ് വേദന പൃക്കുന്ന
മൗനം പിടഞ്ഞു ഹൃദയം നിലവിളിക്കുന്ന

പ്രണയമേ, എന്നിൽ നീ പുഴയായ് ഒഴുകിപ്പടരൂ
എന്നിൽ വിശുദ്ധിയുടെ നഗരികളയർന്നുവരട്ടെ
കാലങ്ങൾക്കപ്പുറം പ്രണയികൾ
എന്നെ, ശുദ്ധഭാഷയിലെഴുതപ്പെട്ട
ഒരു ചരിത്രരേഖപോലെ വായിച്ചെടുക്കട്ടെ!

വേദനയുടെ നേർക്കു പൊട്ടിച്ചിരിക്കാൻ
എനിക്കൊരു ഹൃദയമുണ്ടായിരുന്നെങ്കിൽ!
വിരഹത്തിന്റെ കയ്പ്പും തിരസ്കാരത്തിന്റെ വിഷവും മോന്താൻ
എന്റെ രുചികൾ തയ്യാറായിരുന്നെങ്കിൽ!
പുലരിയുടെ വിശുദ്ധിയിലേക്കു എന്റെ പച്ചപ്പുകൾ പടർന്നേറുന്ന
ആർദ്രതയുടെ ഹിമശൈലങ്ങളിൽ ഓമനേ,
നീ എന്റെ വിഷാദം ചൂടി റ്റത്തമാട്ടുന്ന
ഇനിയെങ്കിലും എന്റെ അറ്റുപ്പികൾ ഇല്ലായ്മകളുടെ
ചെന്നായ്ക്കുട്ടികളെ ദത്തെടുക്കാതിരിക്കട്ടെ
ഞാൻ തേൻകൂട്ടുകളൊന്നും തന്നെ കരുതുന്നില്ല
എന്റെ ഹൃദയം വിഷത്തിന്റെ ചോരപ്പുഴയാണ്
സ്നേഹമേ, നിന്നെക്കുറിച്ചുള്ള സ്മരണപോലും
എന്നെ ഉയിർപ്പിന്റെ ഗന്ധമാദനത്തിലേക്കാനയിക്കുന്നു

 പ്രണയത്തിന്റെ പരമാനന്ദഗീതം

മണ്ണിലെ
ഏറ്റവും ഹിമാർദ്രമായ സ്വപ്നം

മൗനങ്ങളുടെ ഇരുൾക്കാട്ടിൽ ചുട്ടുകറ്റകൾ എരിഞ്ഞുനില്ക്കുന്നു
അവയ്ക്ക് തീ പകർന്നത് നിന്റെ പ്രണയം
നിന്നെ ഞാൻ ആദ്യമായ് കണ്ടതും ഒരു വനത്തിൽ വച്ചായിരുന്നു
കൗമാരസങ്കല്പങ്ങളുടെ ശിഥിലവനം
അവിടെ നീ അനർഭൃതികളുടെ അനുഗ്രഹമഴ നനയുകയായിരുന്നു
നിന്നിലേക്കുള്ള എന്റെ മുന്നേറ്റം കണ്ട് പ്രണയാതുരയായ് നീ
എന്നിലേക്ക് കുലംകുത്തിയൊഴുകി
എന്റെ മോഹമാമരങ്ങൾ പൂത്തുലഞ്ഞുവിലസി
ഞാൻ വസന്തത്തിന്റെ ഒരു കൂടായ്

ഈ ഭൂമിയിലെ ഏതു സുവാർത്ത കേട്ടാലാണ്
നിനക്ക് പ്രിയം ഭവിക്കുമെന്നത് എനിക്കറിയില്ല
അതിനാൽ ആകാശത്തിനു കീഴില്ലുള്ള എന്തിനെക്കുറിച്ചും
ഞാൻ വാചാലനാകുന്നു
നിന്റെ മിഴികൾ അപാരതയിലേക്കു തുറന്നുവച്ച വാതായനങ്ങളാണ്
ഞാൻ അവയില്ലൂടെ കടന്ന് അനശ്വരതയുടെ ദേശത്ത് ചെല്ലുന്നു

നീ എനിക്കു നഷ്ടപ്പെട്ടൊരു നക്ഷത്രം
താങ്ങാനാകാത്ത വേദന
ഒരിക്കല്യും ഉരുവിടാത്ത പ്രാർത്ഥന
ബോധത്തിന്റെ വക്കിൽ നിരാസത്തിന്റെ കണ്ണനീർ
എനിക്കു നിന്നെ തള്ളിക്കളയാനാകില്ല

എന്തെന്നാൽ ഒരിക്കൽ നീയെന്റെ ജീവിതമായിരുന്നു
എനിക്കു നിന്നെ ഒരിക്കലും മറക്കുവാനാകില്ല
എന്തെന്നാൽ നീയെന്റെ ദേഹത്തിൽ ദേഹം തന്നെയായിരിക്കും

എന്റെയ്യുള്ളിൽ എപ്പോഴും ഒരു കടൽ വിങ്ങുന്നു
ഓമനേ, ഒരു നേരത്തേക്കെങ്കിലും
നീയെന്റെ മിഴിയിലേക്കൊന്നു നോക്കൂ
അവിടെ വേദനയുടെ കടലിൽ പ്രണയത്തിന്റെ നക്ഷത്രങ്ങൾ
നിരന്തരം പൊഴിഞ്ഞുകൊണ്ടിരിക്കുന്നത് നിനക്ക് കാണാനാകും
നിന്റെ മുഖം ഒരഗ്നിമരമായ് എന്നും
എന്റെ ഹൃദയത്തിന്റെ പച്ചിലക്കാടിനുള്ളിൽ എരിഞ്ഞുനില്ക്കുന്നു
നിന്നോടൊത്തുചേരാൻ
ഒരു കൊടുങ്കാറ്റിന്റെ ചിറകിൽ വരികയാണ് ഞാൻ-
മണ്ണിലെ ഏറ്റവും ഹിമാർദ്രമായ സ്വപ്നം!

നിന്നിലേക്കുള്ള എന്റെ യാത്ര
നിതാന്തമായ പച്ചപ്പിലേക്കുള്ള
ഒരു വേനൽവൃക്ഷത്തിന്റെ തീർത്ഥാടനം തന്നെ
എന്നിലേക്കുള്ള നിന്റെ യാത്രയോ
ആൽമരം തേടി
തഥാഗതൻ കൊട്ടാരം ഉപേക്ഷിക്കുന്നതു പോലെയും!

 പ്രണയത്തിന്റെ പരമാനന്ദഗീതം

ഹംസം അതിന്റെ പരമാവധി മോക്ഷം ഭജിക്കുന്ന

രാത്രി ചൂടിയെറിഞ്ഞ നിലാവിന്റെ പുഷ്പത്തെ
പുലരി സ്വന്തമാക്കിയിരിക്കുന്നു
ഇപ്പോൾ അതിനെന്തൊരു മാറ്റ്!
മാത്രകളുടെ ചിറകുകളായ സ്വപ്നങ്ങൾ വന്നംപോയുമിരിക്കുന്ന
വിഫലസ്മൃതികളിൽ സ്വയം നഷ്ടപ്പെടാതെ
ഞാൻ നിന്റെ പാട്ട് ഓർത്തെടുക്കുന്നു
നിന്നെ കാത്തുവയ്ക്കുന്നു

ഞാനെപ്പോഴും അണിഞ്ഞൊരുങ്ങിക്കൊണ്ടിരിക്കുന്ന
മുന്നിലെപ്പോഴും നിന്റെ മുഖം സൂര്യസാന്നിദ്ധ്യമായ് മേവുന്ന
ഞാൻ എന്തിനോ വേണ്ടി തയ്യാറാക്കപ്പെട്ടുകൊണ്ടിരിക്കുന്ന
ആത്മാവിന്റെ ചിതയിൽ ജീവിതത്തിന്റെ കനലെരിയുന്ന
നിറഞ്ഞ നിശ്ശബ്ദതയിൽ
ജീവിതത്തിന്റെ പരമശൂന്യമായ രംഗബോധം
കാണികളെ കാത്ത് അഭിനയം മറന്നിരിക്കുന്ന
അറിവിനപ്പുറം നില്ക്കുന്ന നേർത്തൊരനന്തതയുടെ
പട്ടുളുവലാൽ നിന്നെ ഞാൻ തൊടുന്നു
കൈ തട്ടിമാറ്റാതെ നീ
വെറുതെ പിണങ്ങിയകലാതെ നീ
എന്റെ ഹൃദയം മിടിക്കുന്നതും
നാഡികൾ സംവേദനത്തിന്റെ അലർച്ചകളുമായി
നിരന്തരം പായുന്നതും നിനക്കുവേണ്ടിയാണ്

ഞാൻ നിന്റെ സ്വീകരണിയാകുന്നു
ഞാനെപ്പോഴും നിന്നെ കാത്തിരിക്കുന്നു
നിന്റെ സന്ദേശങ്ങൾക്ക് കാതോർത്ത് എന്റെ ജീവന്റെ മുറ്റത്ത്
പ്രാണസ്പന്ദനങ്ങളോടെ എന്നിലെയെന്നെ ഞാൻ ഒരുക്കിനിർത്തുന്ന
പ്രണയമേ, അനന്താകാശങ്ങളിൽ നിന്നുള്ള നിന്റെ വരവിനെ
എതിരേല്ലാനെന്നവണ്ണം എന്റെ മിഴികൾ
മേഘങ്ങൾക്കപ്പുറത്തേക്കുള്ള
നോട്ടത്തിൽത്തന്നെ വ്യാപ്തരായിരിക്കുന്നു

ഓമനേ, ഞാനെന്റെ പ്രണയത്തെ
നിന്റെ യൗവനത്തിൽ
വസന്തം ചേക്കേറുന്ന താഴ്വരയിൽ പ്രതിഷ്ടിക്കാം
നിന്റെ വികാരാധിക്യത്തിൽ പ്രകാശിക്കപ്പെടുന്ന നക്ഷത്രങ്ങൾ
എന്റെ അരക്കെട്ടിന്റെ അന്ധകാരത്തെ വിഴുങ്ങുമാറാകട്ടെ
നിന്റെ വെല്ലുവിളികളുടെ പടച്ചട്ടകൾ തകർത്ത്
ഒരു ശിശുമാത്രമായ ഞാൻ
നിന്റെ ഗ്രഹയിൽ ഒറ്റയ്ക്കിരിക്കുമാറാകട്ടെ

വർണ്ണോജ്ജ്വലമായ ഒരു സ്വപ്നം നിന്റെ മിഴികളിൽ
വന്നു നൃത്തമാടുമ്പോഴൊക്കെ നീ എന്നെയോർക്കുക
നിന്റെ തേൻതുള്ളികൾ നുകർന്ന് മത്തനായ് തീർന്നതിന്റെ
സുഖാലസ്യത്തിലാണ് ഞാൻ
ഓ പെണ്ണേ, പെണ്മയുടെ മരതകമേ,
നിന്റെ സകലജീവബോധങ്ങളോടെയും
എന്റെ രക്തത്തിലേക്ക് വരിക!

നിന്റെ രോമകൂപങ്ങളിൽ നിന്നുയരുന്നതു കേവലം
നിസ്സംഗതയുടെ വെളുത്ത ഈയാംപാറ്റകളല്ല
പിന്നെയോ കാമാതുരതയുടെ കറുത്ത ഹംസങ്ങളാകുന്നു
നിന്റെ നെറ്റിയിൽ ഒരിക്കൽ മാത്രം ഉണരുന്ന തൃക്കണ്ണിൽ
എനിക്ക ഒരു സൂര്യനാകണം
നിന്റെ നാഭിയിൽ അനസ്യൂതം നൃത്തമാടുന്ന
പുളകത്തിന്റെ വിൺചന്ദ്രനാകണം!

എനിക്ക നീ അമ്മയേക്കാളം സഹോദരിയേക്കാളം പ്രിയപ്പെട്ടവൾ
ബ്രഹ്മതികളേക്കാളം ബ്രഹ്മാന്യതയേക്കാളം മുഖ്യമായവൾ

   പ്രണയത്തിന്റെ പരമാനന്ദഗീതം

എന്തെന്നാൽ എന്റെ തോണി
എപ്പോഴും വന്നടുക്കുന്ന കടവ് നിന്റെ ശരീരം തന്നെയല്ലോ
അവിടെ എന്റെ ജീവിതം വസന്തശാഖിയായ് പുഷ്പിക്കുന്നു
അവിടെ എന്റെ ഹംസം അതിന്റെ പരമാവധി മോക്ഷം ഭജിക്കുന്നു
അവിടെ എന്റെ കാമം പരിധികളില്ലാത്ത
സ്വാതന്ത്ര്യം അനുഭവിക്കുന്നു

ഓ! കാമിനീ! നിന്റെ ചെഞ്ചൊടികളിൽ നിന്നൂറുന്ന മധുരം
എനിക്ക് പുനർജ്ജനിയുടെ തൈലം
വികാരത്താൽ വജ്രമായവളേ
എന്നെ നിന്റെ മടിത്തട്ടിൽ കിടത്തുക!
അവിടെ ഞാൻ ആനന്ദത്തിന്റെ നക്ഷത്രങ്ങളുമായ് സല്ലപിക്കട്ടെ!!

ഗാനമേ, നീ എന്നിലൂടൊഴുകിപ്പരന്നാലും

ഇന്നലെ രാത്രിയിൽ സ്വപ്നത്തിൽ നിന്നിറങ്ങിപ്പോകാൻ
നീ ആക്രോശിച്ചപ്പോൾ
തലതിരിഞ്ഞൊരെന്റെ ജന്മനക്ഷത്രം പൊട്ടിത്തെറിച്ച
ആ സ്ഫോടനം എന്നെ അനശ്വരനാക്കി
നിന്നെ ഒരു രക്തഗീതമാക്കി
ഇനിയും വിടരാത്ത നിന്റെ പ്രണയസൂര്യൻ
എന്റെ ഹിമസുപ്രഭാതങ്ങളിൽ സ്വപ്നങ്ങൾ പൊഴിക്കുന്ന
നിന്നെ വഹിക്കാൻ ഞാനർഹനല്ലെന്ന്
കള്ളം പറഞ്ഞു പെരുമലകൾ
സ്വീകരിച്ചാലും, ഒരിക്കൽ കയ്യൊഴിയുമെന്ന്
പറഞ്ഞുപരത്തി കിഴവൻകാറ്റ്
അപ്പൊഴൊക്കെയും എന്റെ തോഴീ,
നിന്റെ മിഴിനീരിൽ ഞാൻ ഊയലാട്ടകയായിരുന്നു

നിന്റെ ഒരു പുഞ്ചിരി എന്നിലൊരായിരം ആന്ദോളനങ്ങളാകുന്നു
നിന്റെ ഒരു നോട്ടം എന്നെ ഒരായിരം തവണ പ്രലോഭിപ്പിക്കുന്നു
നിന്റെ ഒരു നേരത്തെ മൗനം
എന്നെ ഒരായിരം അർത്ഥങ്ങളിലേക്കാനയിക്കുന്നു
നിന്റെ ഓരോ ദിക്കും എന്റെ തേടലുകളാണ്
നിന്റെ ഓരോ വാക്കും എന്റെ തേങ്ങലുകളാണ്
നിന്നിലാണെന്റെ സത്യം, ആനന്ദം, വിനോദം, വിവേകം, വേദന
എന്റെയെല്ലാം നിന്നിലായിരിക്കുന്നു

 പ്രണയത്തിന്റെ പരമാനന്ദഗീതം

ഞാൻ പൊള്ളയായ ഒരോടക്കുഴൽ മാത്രമാണ്!
എന്റെ ഗാനമേ, നീ എന്നില്ലൂടൊഴുകിപ്പരന്നാല്ലം!!

നശ്വരമായ എന്റെ എല്ലാ പാളികളില്ലൂടെയും
നീ അരിച്ചിറങ്ങുന്നു
നിന്റെ താപം എന്നെ നീരാവിയാക്കുന്നു
നീ കനകമായ് പ്രശോഭിക്കുമ്പോൾ
ഞാൻ പച്ചയെപ്പോലെ വന്നുനില്ലുന്നു
പൊന്നുരുക്കുന്നിടത്ത്
പച്ചയ്ക്കെന്തെ കാര്യമെന്നു കളിയാക്കരുത്
ഈ പച്ചയെ, നിന്റെ തട്ടാനായ് ഒരു നിമിഷമെങ്കിലും
നിയമിക്കാൻ നീ ഒരുക്കമുണ്ടോ?
അത് പറയൂ?

നീ അകന്നുപോകുമ്പോൾ
ഞാൻ തന്നത്തുറണ്ണുപോകുന്നു
നിന്റെ നഷ്ഗാനം എന്റെ മോഹഭംഗമായിരുന്നു
നിന്റെ തകർന്ന വീണ എന്റെ മനസ്സായിരുന്നു
എന്റെ പേരിടാത്ത തേങ്ങലിന് നിന്റെ നാദമായിരുന്നു
നിന്റെ അന്ത്യമില്ലാത്ത മൗനം എന്റെ പ്രാണനായിരുന്നു
പാതിവഴിയിൽ നിന്നു നീ എന്തിനെന്നെ പിരിഞ്ഞുപോയ്?
വരാനിരിക്കുന്ന വസന്തങ്ങളുടെ പേരിലെങ്കിലും തിരിച്ചവരൂ
പൊയ്പ്പോയ വിരസതകളുടെ മറവിൽ
ഞാൻ നിന്നോട് മാപ്പ് ചോദിക്കുന്നു
വരൂ, മടങ്ങി വരൂ
എന്റെ കടൽ ശാന്തമായിക്കിടക്കുന്നു
അതിൽ അലയുതിർക്കൂ
എന്റെ മിഴികൾ ശൂന്യമായിരിക്കുന്നു!
അവയിൽ നീർ പടർത്തൂ!!

മരണത്തിന്റെ, ഉത്തരമില്ലാത്ത ചോദ്യങ്ങൾ

ഇലകളെ ഉൾക്കൊള്ളാനാകാത്ത മരങ്ങളുടെ
ഗ്രീഷ്മവ്യഥ പോലെ
തീരങ്ങളേറി വനഭ്രമി പുണരാനാകാത്ത
പുഴയുടെ വ്യർത്ഥരതി പോലെ
നിന്റെ മുന്നിൽ മരണസമാനമായ പ്രണയത്തിന്റെ
പകിടയെറിയുകയാണ ഞാൻ
ഒരിക്കൽ നിന്റെ മിഴികളിൽ എന്നെ ഞാൻ കണ്ട
ലോകത്തിലേറ്റവും സുന്ദരം
നിന്റെ മിഴികളാണെന്നു ഞാൻ കരുതി
ഇപ്പോൾ നിന്റെ മിഴികളിൽ ഞാൻ കാണുന്നതാകട്ടെ
എന്റെ അസാന്നിദ്ധ്യത്തിൽ വിജ്ഋംഭിതമാകുന്ന
അതൃപ്തിയുടെ ശിഥിലബിംബം മാത്രം
മരണശേഷം ഉത്തരമില്ലാത്ത ചോദ്യങ്ങളായ് ഞാൻ വരും
അപ്പോൾ
നീ വരണം കൂടെ
ജീവിതത്തിന്റെ അർദ്ധവിരാമങ്ങളുമായി

മരുഭൂമിയിലിരുന്ന്
നഷ്ടപ്പെട്ട പൂക്കാലത്തെയോർത്ത് പാടുന്ന
തകർന്നൊരു സ്വപ്നം തന്നെ ഞാൻ.
എന്നിൽ, എനിക്ക് ശ്വാസം മുട്ടുന്ന
പരിമിതികളേറെയുള്ള എന്റെ പരാധീനതയിൽ

 പ്രണയത്തിന്റെ പരമാനന്ദഗീതം

സ്വയം എരിഞ്ഞടങ്ങുമ്പോഴും
മാനുഷികത്വത്തിന്റെ മഹാവേദന മറന്ന്
ഇടവേളകളിൽ ഞാൻ പാടിക്കൊണ്ടേയിരിക്കുന്നു
എന്റെയോർമ്മയിൽ നിന്റെ സ്നേഹം മാത്രം
എന്റെ സ്നേഹത്തിൽ നിന്റെ മുഖം മാത്രം

ഭഗ്നഹൃദയത്തിൽ പ്രണയത്തിന്റെ ജ്വാല പൂക്കുമ്പോൾ
സ്വപ്നങ്ങളിൽ ജ്വലനപ്പെട്ടും
എന്റെ ദേഹം
നിന്റെ ഓർമ്മയിൽ ഓരോ അണുവില്ലും
വേദനയുടെ വിഷതന്മാത്രുകൾ പെറ്റപെരുകുമ്പോൾ
രക്തത്തിൻ തിളനില വർദ്ധിച്ച്
ഹൃദയം ഒരഗ്നിമരമാകും
മിഴികളിൽ പ്രതീക്ഷകളുടെ ചിത കത്തിയമരുമ്പോൾ
ബലിന്ദ്രത്തം കണ്ട് തളർന്ന മൗനങ്ങൾ
പൊട്ടിപ്പൊളിഞ്ഞ തലച്ചോറും ചൂടി
അട്ടഹസിച്ച് പാട്ടും
ആ നൈരാശ്യത്തിൽ എന്റെ പ്രണയം
നിലാവായ് പുനർജ്ജനിക്കും

എല്ലാ നരകങ്ങളോട്ടും എനിക്ക് സഹതാപമുണ്ട്
എന്റെയത്ര സൗകര്യങ്ങൾ അവയ്ക്കില്ലല്ലോ എന്നോർത്ത്

ദൈവികതയേക്കാൾ പ്രിയപ്പെട്ട പ്രണയം

വഴിതെറ്റി വന്ന വസന്തങ്ങൾക്കിപ്പോൾ പരാതിയില്ല
അവർക്ക് പടർന്നേറാൻ നീയുണ്ടല്ലോ
മൊഴിമറന്ന കാറ്റുകൾക്കും പഴയ തേങ്ങലില്ല
അവർക്കിപ്പോൾ പുഞ്ചിരി പകരാൻ നീയുണ്ടല്ലോ
നീ, എനിക്കിപ്പോൾ സ്വപ്നത്തേക്കാൾ മൃദുലതയും
സത്യത്തിനേക്കാൾ സമൃദ്ധിയുമുള്ള ഒരു കവിതയാകുന്നു
നിന്നെ ഇങ്ങനെ പ്രണയിച്ചുകൊണ്ടിരിക്കേ
പുലർകാലങ്ങളിലെല്ലാം ഒരു മിഴിയിൽ കണ്ണീരും
മറുമിഴിയിൽ രക്തവുമൊലിക്കുന്ന ഒരു പ്രവാചകനെ
ഞാൻ സ്വപ്നം കാണുന്നു
ഹേ സ്ത്രീയേ,
എന്റെ ഞരമ്പുകളിൽ ദൈവികതയേക്കാൾ പ്രിയപ്പെട്ട
നിന്റെ പ്രണയത്തിന്റെ ലഹരിയൊഴുകുന്നു
അതിനാൽ തത്ക്കാലം നീ എനിക്ക് ദൈവമാകുന്നു
നിന്റെ വചനം വേദവും
നിന്റെ ദേഹം ക്ഷേത്രവും
നിന്റെ പ്രണയം എന്റെ മതവുമാകുന്നു

ഈ പാതിരാവിൽ പകുതി പൂത്ത നിദ്രയിൽ നിന്നും
എന്നെ വിളിച്ചുണർത്തിയത്
നിന്നോട്ടുള്ള എന്റെ സ്നേഹമല്ലാതെ
മറ്റൊന്നുമാകാനിടയില്ലാത്ത വിധം

 പ്രണയത്തിന്റെ പരമാനന്ദഗീതം

ഞാൻ നിന്നോടടുത്തുപോയ്
എന്റെ ഹൃദയത്തിന്റെ ദേവതേ
നിന്നെ അവിടെ കുടിയിരുത്താൻ മാത്രമാണീ നിമിഷം
വസന്തത്തിന്റെ രാജകുമാരീ
നിന്നെ ഒന്നു ചുംബിക്കുവാൻ മാത്രമാണീ ജന്മം
നിന്റെ സുഗന്ധം എന്നെ മത്തനാക്കുന്നു
നിന്റെ സാമീപ്യം ലഹരിയിലാഴ്ത്തുന്നു
നിന്റെ ഓർമ്മ എന്നെ യോഗിയും സ്വപ്നം കവിയുമാക്കുന്നു
എന്റെ കുഞ്ഞിത്തത്തേ,
നിന്റെയീക്കവിളകൾ ദൈവം എനിക്കയച്ച വിശിഷ്ടമായ
താമരയിതളുകളാതെ മറ്റെന്ത്?
നിന്റെ നാദം സ്വർഗ്ഗവീണതൻ സ്പന്ദനം
ധന്യമായതെന്തും നീയാകുന്നു
ഒരായിരം സ്വപ്നങ്ങൾ
ഒരേ സമയം പൂത്തിരികത്തിച്ച പോലെ നീ-
പറുദീസയ്ക്ക് പോല്യം ആശിക്കാനുള്ള തീരം!

നീ പിണങ്ങിയകന്നപ്പോൾ
ജീവിതമാകെ ഇരുളടഞ്ഞെന്നു ഞാൻ കരുതി
എന്റെ കവിതകൾ പേമാരിസമം കണ്ണീർ തൂകി
എന്നെ ഏവരും ഉപേക്ഷിച്ചതു പോലെ എനിക്കു തോന്നി
നീയായിരുന്നു എനിക്കെല്ലാം
ജീവിതം, കവിത, പ്രണയം!
ഇപ്പോൾ ഞാനറിയുന്നു നീ ഞാനാണെന്ന്
നിന്റെ കണ്ണുകൾ എന്റെ കണ്ണുകളാണ്
നിന്റെ ചൊടികൾ എന്റേതും
പിന്നെ അവയിൽ മുത്തം വയ്ക്കുന്നത്
ഒരു കുറ്റം അല്ലല്ലോ!

ക്വിക്സോട്ടിന്റെ പ്രണയം

എന്റെ നക്ഷത്രം
ഞാൻ നിന്റെ ആകാശങ്ങളിൽ അടർത്തിവയ്ക്കുന്നു
എന്റെ പ്രണയം
ഞാൻ നിന്റെ വിരൽത്തുമ്പുകളിലേല്പിക്കുന്നു
എന്റെ പ്രണയം പരാജയപ്പെട്ട ഒരു വിപ്ലവമാണ്
ഞാൻ കുരിശേറപ്പെട്ട ക്രിസ്തുവും
അല്ല,
തനി ക്വിക്സോട്ട്
എന്റെ കാറ്റാടിയന്ത്രം നിന്നോട്ടുള്ള എന്റെ പ്രണയമായിരുന്നു
അത് നിന്റെ ഹൃദയമെന്ന താഴ്‌വരയിലായിരുന്നു
എന്റെ പടയോട്ടം അവസാനിച്ചിരിക്കുന്നു
നിന്റെ പരിഹാസത്തിന്റെ ധാരാളിത്തമത്രേ
നിന്റെ പ്രതിരോധം -
നിന്റെ വിജയം!

ഞാൻ നിന്നെ അറിഞ്ഞതുപോലെ
നീ എന്നെ അറിഞ്ഞതുപോലെ
മറ്റാരും മറ്റൊന്നും അറിഞ്ഞിട്ടുണ്ടാവണമെന്നില്ല
നീ എനിക്ക മാത്രം അനാഛാദിതമായിരിക്കുന്നു
നീ എനിക്ക എന്റെ ഉള്ളം കയ്യിലും ഞാൻ നിനക്ക്
നിന്റെ ഉള്ളം കയ്യിലും പ്രകടമാക്കപ്പെട്ടിരിക്കുന്നു

നമ്മൾ രണ്ട് ഉറപ്പുകളാണ്

ഞാൻ നിന്നെയും നീ എന്നെയും നിശ്ചയിച്ചിരിക്കുന്ന
നമ്മൾ രണ്ട് നിയോഗങ്ങളാണ്
ഞാൻ നിന്നിലേക്കും നീ എന്നിലേക്കും
ഒഴുകിക്കൊണ്ടേയിരിക്കുന്ന
വാക്കുകൾക്കപ്പുറം അറിയപ്പെടുന്ന അർത്ഥങ്ങളിൽ നിന്ന്
വിരസതകളന്യമായ മൗനങ്ങളിൽ നിന്ന്
നാം മുത്തുകൾ പെറുക്കിയെടുക്കുന്ന
മാലകൾ കോർത്തു പരസ്പരം ചാർത്തുന്ന
ഈ ജീവിതം എന്തൊരു ഉത്സവമാണ്!
അതു സ്വപ്നങ്ങളുടെ ഘോഷയാത്ര പോലെ
നമ്മിലൂടെ കടന്നുപൊയ്ക്കൊണ്ടേയിരിക്കുന്നു!

എനിക്കേറ്റവും
ഇഷ്ടമുള്ള ഒരു സ്വപ്നം

നമ്മൾ രണ്ടും ഒരേ ഇരുവൽപ്പക്ഷികൾ
ഒരേ വാനിൽ ഒരേ വറ്റ തേടിയഴറുന്നവർ
നാം പരസ്പരം നമ്മിൽത്തന്നെ ചേക്കാറാൻ മത്സരിക്കുന്ന
എന്റെ രക്തവും മാംസവുമായവളേ,
നിനക്ക് നല്കാൻ എന്റെ കയ്യിലാകെയുള്ളതും
ആ രക്തമാംസങ്ങൾ മാത്രമാണല്ലോ
എനിക്കേറ്റവും ഇഷ്ടമുള്ള ഒരു സ്വപ്നത്തിന്റെ പേരാണ് നീ
എന്റെ നോവുകളിൽ നീ സുഖത്തിന്റെ തൈലം

വിശക്കുമ്പോൾ വെയിൽ തിന്നും
ഒരു പക്ഷി ഞാൻ.
നിലാവിന്റെ നദിയിൽ
എന്റെ ഇരുവല്യകൾ ഒഴുകി നടക്കുന്ന രാത്രിയിൽ
ഞാൻ നിനക്ക് എന്റെ മിഴികൾ ഇറുത്തുനല്ലാം
നീയവ വാനിൽ പതിച്ചവയ്ക്കു
വാനിന് കരയുന്ന രണ്ട് നക്ഷത്രങ്ങളെ കിട്ടും

പ്രണയം കരിച്ചുകളഞ്ഞ ക്ലമ്പാണ് ഹൃദയം
ഇക്കാണുന്ന വസ്തുക്കളല്ലാതെ അഭിമാനിക്കാനൊന്നുമില്ല
മൂടിവച്ച വികാരങ്ങളല്ലാതെ പുറത്തെടുക്കാനൊന്നുമില്ല
മുരടിച്ച സ്വപ്നങ്ങളല്ലാതെ ഓർത്തെടുക്കാനൊന്നുമില്ല
എരിഞ്ഞടിഞ്ഞ അഹംബോധമല്ലാതെ

 പ്രണയത്തിന്റെ പരമാനന്ദഗീതം

സ്ഫടം ചെയ്തെടുക്കാനൊന്നുമില്ല
ഈ തകർന്ന മുളങ്കുഴലല്ലാതെ
തെളിവിനായി കൈവശം മറ്റൊന്നുമില്ല

എന്റെ സ്വപ്നങ്ങൾ നിന്നിലേക്ക്
ഒരു കൊള്ളിയാന്റെ വേഗതയിൽ
മഴമേഘങ്ങളെ പൃഷ്ണികളാക്കുന്ന
കാലവർഷത്തിന്റെ ആദ്യഞരമ്പ് പോലെ പ്രവർത്തിക്കുന്ന
ഒരു പുലരിയാകലാണെന്റെ
ഏറ്റവും ധീരോദാത്തമായ സുന്ദരസ്വപ്നം

നിന്റെ രക്തക്കുഴലുകളിലാവോളം
പ്രണയത്തിന്റെ ലഹരി നിറച്ച്
ഭ്രാന്തും കവിതയും രണ്ടല്ലെന്ന് പറയുന്ന
ഒരു പഞ്ചവർണ്ണക്കിളിയെ നിന്റെ കൂട്ടിലടച്ച്
നഷ്ടമാകുന്ന ജീവന്റെയവസാന തുള്ളിയെയോർത്തു പോലും
നൊമ്പരപ്പെടാൻ ഒരു ഹൃദയം പണിഞ്ഞൊരുക്കുന്ന
വിങ്ങലാകലാണെന്റെ
ഏറ്റവും ഒടുവിലത്തെ കാല്പനികസ്വപ്നം

മൗനത്തിന്റെ ഹിമപുഷ്പങ്ങൾ

ആദ്യം തന്നെ ക്ഷമ ചോദിക്കട്ടെ ഞാൻ
നിന്റെ കൂടാരത്തിൽ നിന്നിറങ്ങിപ്പോന്നതിനും
നിന്റെ പാട്ടിനു ചെവി തരാതിരുന്നതിനും
നഗരത്തിന്റെ ഏറ്റവും തിരക്കുപിടിച്ച ഒരു കോണിലിരുന്നാണ്
ഞാനെന്റെ ഏറ്റവും വിശ്രാന്തമായ കവിതകളെഴുതിയത്
കരിപിടിച്ച മുറികളും പൊട്ടിയടർന്ന ഭിത്തികളും
പിറന്ന മാത്രയിൽത്തന്നെ പിടഞ്ഞുമരിക്കുന്ന
സ്നേഹനിശ്വാസങ്ങളുടെ മുറതെറ്റിയ പിണക്കങ്ങളുമുള്ള
കൊട്ടങ്കാറ്റിന്റെ കൂട് പോലെയുള്ള
ഒരു നീണ്ട വിരസതയായിരുന്ന എന്റെ വീട്
അതിന്റെയുള്ളിൽ ഞാൻ പിറന്നു
അവിടെ നിന്ന് ഇറങ്ങിയ ശേഷം
ജീവിതം എന്റെ ചുറ്റും സഞ്ചരിക്കുന്നു
മരണത്തിന് മുമ്പ് പ്രണയത്തെക്കുറിച്ച് ഏറ്റവും വാചാലമായ
കവിത രചിക്കാനാണെന്റെ നിയോഗം
അതിനാലെന്റെ സ്പന്ദനങ്ങൾ എല്ലായ്പ്പോഴും
നിന്റെ യൗവനത്തിന്റെ തീരം തേടിക്കൊണ്ടേയിരിക്കുന്ന

നിന്നെ കാണുവാൻ രണ്ടു കണ്ണുകൾ മാത്രമേയുള്ള
എന്നതാണെന്റെ പരാതി
നിന്നെ കേൾക്കുവാൻ രണ്ടു കാതുകൾ മാത്രം
അതും പരാതി തന്നെ
നിന്റെ ഓർമ്മകൾ പേറാൻ ഒരു ഹൃദയം മാത്രം

അത് എനിക്കു കിട്ടിയ ശാപം
സ്നേഹം ഒരു തരം സ്വാർത്ഥതയാണ്
ഒരു തരം കൊതി
നുണഞ്ഞിട്ടും രുചിപോകാത്ത മധുരഫലം
ലോകത്തിലെ ഏറ്റവും വിലപ്പെട്ട വസ്തു ഏതെന്നെനിക്കറിയില്ല
പക്ഷേ അറിയാം-
ഏറ്റവും സുന്ദരവും അനശ്ഭതിദായകമായ സംഗതികൾ
നീയും നിന്റെ പ്രണയവും!

നഗരത്തിന്റെ നെറികെട്ട നാട്യലഹരിയിൽ
രതിയുടെ പിരിയൻ ഗോവണിയില്ലൂടെ
നിന്റെ സന്ദേശവാഹകനായ കരിനാഗമിപ്പോൾ
കരളിലേക്കിഴഞ്ഞ് പോയതേയുള്ളൂ.
മൗനത്തിന്റെ ഹിമപുഷ്പങ്ങൾ വിരിഞ്ഞ്
ആകാശമാകെ നിറഞ്ഞിരിക്കുന്ന
പറയൂ, നിന്റെ മിഴിയിൽ ഇത്ര തിളക്കമെന്താണ്?
മരണത്തിന്റെ ഏകാന്തസൂര്യന്റെ സന്ദർശനം കൊണ്ടോ?
പ്രണയത്തിന്റെ നിലയ്ക്കാത്ത പൂക്കാലത്തിന്റെ
വർണ്ണാഭ കൊണ്ടോ?

ഇങ്ങനെ വെറുതെയിരിക്കുമ്പോൾ നീ കടന്നു വരും
സത്യത്തിൽ,
ഇപ്പോൾ ഒന്നു വെറുതെയിരിക്കാൻ പോലും കഴിയുന്നില്ല
യാഥാർത്ഥ്യങ്ങൾക്ക് പുല്ലുവില നല്കി
അവയ്ക്കു സമാന്തരമായ്
സങ്കല്പങ്ങളുടെ പാലങ്ങൾ പണിഞ്ഞ്
വിരഹിച്ചിരിക്കുകയാണെന്റെ ദിനങ്ങൾ
ഒരുമിച്ചിരുന്നെങ്കിൽ ഒരിക്കൽ നിന്നിൽ മുളപൊട്ടേണ്ടിയിരുന്ന
എന്റെ ജീവിതത്തിന്റെ ചെറുപകർപ്പുകളോർത്ത്
ഞാനിങ്ങനെ നെടുവീർപ്പിട്ടിരിക്കുമ്പോൾ അകലങ്ങളിൽ,
അമ്മയെന്നൊരസുലഭതയുടെ പുളകത്തിൽ
നിന്റെ മുലകൾ ചുരന്നുകൊണ്ടിരിക്കുകയാവാം!

പ്രണയത്തിന്റെ
അപാരതയിൽ രണ്ട് നക്ഷത്രങ്ങൾ

പ്രണയത്തിന്റെ രത്നനീലിമയിൽ നാം രണ്ടുമിഴികൾ
ഞാൻ നിന്നെയും നീ എന്നെയും നോക്കിനില്ക്കുന്ന
പ്രണയത്തിന്റെ അപാരതയിൽ നാം രണ്ടനക്ഷത്രങ്ങൾ
തമ്മിൽ തീജ്ജ്വാലകൾ പങ്കിട്ടന്ന ശിഥിലസ്വപ്നങ്ങൾ
പ്രണയത്തിന്റെ ഗഹനതയിൽ നാം രണ്ടമത്സ്യങ്ങൾ
തമ്മിൽ വിഴുങ്ങുവാൻ നിരന്തരം വളർന്നൊടുവിൽ
കരകയറിമറിയുന്ന ചപലതകൾ!

ആനന്ദിപ്പിക്കുന്നവയെല്ലാം കവിതയെങ്കിൽ
നീയും നിന്റെ മിഴികളും
അവയിൽ മേഘമാലകൾ കോർത്തുപോകുന്ന കനവുകളും
നിന്റെ ചിരിയും എനിക്ക കവിതയാകുന്നു
വേദനിപ്പിക്കുന്നവയെല്ലാം കവിതയെങ്കിൽ
നീയും നിന്റെ വിരഹവും
നിന്റെ ഓർമ്മയിൽ നഷ്ടപ്പെട്ടുപോകുമോരോ നിമിഷവും
നിന്റെ കണ്ണീരും എനിക്ക കവിതയാകുന്നു

പ്രണയത്തിന്റെ കടലില്ലായിരുന്നുവെങ്കിൽ
വ്യസനങ്ങളുടെ തിരമാലകളേറി വരുമെന്നോർത്ത്
തീക്കരയിലിരുന്ന ഞാൻ കണ്ണീർ പൊഴിക്കുകയില്ലായിരുന്ന
സങ്കല്പങ്ങളുടെ മിഴിവെളിച്ചമില്ലായിരുന്നുവെങ്കിൽ

   പ്രണയത്തിന്റെ പരമാനന്ദഗീതം

യാഥാർത്ഥ്യത്തിന്റെ ഇടുങ്ങിയ നരകമുറ്റങ്ങളിൽ തപ്പിത്തടഞ്ഞ്
ആനന്ദത്തിന്റെ സ്വർഗ്ഗസൗന്ദര്യങ്ങൾ
ഞാൻ കാണാതെ പോകുമായിരുന്നു
മുന്നിൽ
എന്റെ എല്ലാ സ്വപ്നങ്ങളുടെയും സാക്ഷാത്കാരമായ
നീ ഇല്ലായിരുന്നെങ്കിൽ എന്റെ അർത്ഥശൂന്യതയിൽ
പരാജയങ്ങൾക്കൊക്കെ വിശദീകരണങ്ങളെഴുതി
ഇനിയുമെത്തിച്ചേരാനാകാത്ത ഒളിയിടങ്ങളിലിരുന്ന്
ഞാനെന്റെ കാലം കഴിച്ചേനെ
ഇനിയൊരു പക്ഷേ ഞാനില്ലായിരുന്നുവെങ്കിൽ
എന്റെ തന്നെ ജീവിതമെന്നു പറയാവുന്ന ഒന്ന്
മറ്റാരോ കൈകാര്യം ചെയ്യുന്നതും നോക്കി
വെറുമൊരു മൂളിപ്പാട്ടും പാടി
പുഞ്ചിരിച്ചുംകൊണ്ട് മരിക്കാമായിരുന്നു!

നീ പിറന്ന പുലരിക്കിന്നും ഞാൻ പേരിട്ടിട്ടില്ല

നിന്റെ ഒരു മേഘത്തുണ്ട് മാത്രം ഞാൻ കാണുന്ന
നിന്നെ ആകാശമെന്നു വിളിക്കുകയും
ആകാശം കണ്ടവനെന്നു മേനി നടിക്കുകയും ചെയ്യുന്ന
ഇല്ലായ്മയെന്നു വേണമെങ്കിൽ വിശേഷിപ്പിക്കാവുന്ന
നിന്റെ സൂക്ഷ്മതയെ പർവതമായി ഞാൻ കാണുന്ന
എനിക്കു വലിയ കണ്ണുകളാണെന്നും
ഞാൻ നോട്ടം കൊയ്തെന്നും ലോകം പറയുന്നു

നീ പിറന്ന പുലരിക്കിന്നും ഞാൻ പേരിട്ടിട്ടില്ല
എങ്കിലും നിനക്ക ഒരായിരം പേരുകളുണ്ട്
നീ എരിഞ്ഞടങ്ങിയ സന്ധ്യ ഇന്നും ഞാൻ മറന്നിട്ടില്ല
നിറഞ്ഞ സ്വപ്നത്തിൽ
ഞാനിന്നും നിന്നിലേക്ക് വന്നുകൊണ്ടിരിക്കുന്ന
സ്വയം തകരുമ്പോഴും മനമുരുകുമ്പോഴും നിന്നിലേക്കുള്ള
വരവ് എന്നിൽ മുഴങ്ങുന്ന
ഇപ്പോൾ ഞാൻ വേഗതയുടെ ഒരൊടിഞ്ഞ ചിറകാണ്
നിന്നിലേക്ക ഞാൻ ഒരു കാൽവയ്ക്കുന്ന
നീയെന്നിലേക്ക് രണ്ടം
ഞാൻ രണ്ടാകുമ്പോൾ നീ നാല്
അങ്ങനെ അക്കങ്ങൾ നിലയ്ക്കുംവരെ
നാം യാത്ര ചെയ്യുന്ന
ഒരിക്കലും കണ്ടുമുട്ടാറില്ലെന്ന മാത്രം

 പ്രണയത്തിന്റെ പരമാനന്ദഗീതം

ഇത്ര ദൂരങ്ങൾ താണ്ടി
നീ എവിടെപ്പോകുന്നുവെന്നു ഞാനും
അമ്മാത്തേക്കെത്താതെന്താണെന്നു നീയും
കലഹിച്ചു കൊണ്ടേയിരിക്കുന്നു

നീയെന്നിൽ ജ്വലിക്കുന്ന സ്വപ്നമാണെങ്കിലും
കൈകളിൽ നിന്ന് നീ നിരന്തരം വഴുതുന്ന
ഒരൊഴുക്കൻ ഗോളമെന്ന പോലെ
എന്റെ ഓരോ ശ്രമങ്ങളും
എന്നെ കൂടുതൽ ലജ്ജിതനാക്കുന്നു
ഒടുവിൽ കളി നിർത്തി
ഞാൻ കളി കണ്ടുതുടങ്ങുന്നു
സംഘർഷങ്ങളില്ലാതെ
ഞാൻ നിന്നെ കണ്ടുനില്ക്കുന്നു
കണക്കുകൂട്ടലുകളുടെ തേങ്ങലുകളില്ലാതെ
ഞാൻ നിന്റെ മൊഴികൾ കേട്ടുനില്ക്കുന്നു

നിന്റെ ചലനങ്ങളെനിക്ക് ദിനരാത്രങ്ങളെ തന്ന
നിന്റെ ശ്വാസം എനിക്കാശ്വാസമായ് വന്ന
നിന്നെക്കുറിച്ചുള്ള ജ്ഞാനം
എന്നിൽ വിശ്വാസമായ് ജ്വലിക്കുന്ന
നീ എനിക്ക ജീവിതം തന്ന
ഒപ്പം മരണവും
ഇതിനൊക്കെ പകരമായി നിനക്കെന്താണ് വേണ്ടത്?
നീ തന്ന ജീവിതമോ? മരണമോ?
അതോ ഇനിയും കുറിക്കാത്ത ജനനമോ?

ദാഹിക്കുന്ന
ഭിക്ഷാപാത്രത്തിന്റെ ഗാനം

നീ എന്റെ ജീവിതമാകുന്ന
ഒരിക്കൽ കടന്നുപോകാനുള്ള മരണവും
കാത്തുനില്ക്കാനുള്ള പ്രണയവും
തേങ്ങലും സ്വപ്നമാകുന്ന
നീ എന്റെ വിളക്ക്, വെളിച്ചം, ഞാനെന്നും തേടിയ ദിക്ക്
എനിക്കേറ്റവും പ്രിയമാംവാക്ക്
നിന്റെ രൂപമോ പ്രാർത്ഥനാബിംബം
ദൈവങ്ങൾ വേണ്ടെനിക്ക്
നിന്റെ തണൽ മാത്രം മതി
ഉപേദശികൾ വേണ്ടെനിക്ക്
നിന്റെ ശകാരങ്ങൾ മാത്രം മതി
സ്നേഹസുരഭിലമായ സ്വപ്നമേ
നിന്റെ മുഖംമൂടി മാറ്റി വരൂ
എന്നെ ഒരു കുഞ്ഞിനെപ്പോലെ
നിന്റെ മടിയിൽ കിടത്തൂ!

ഞാൻ ദാഹിക്കുന്ന ഭിക്ഷാപാത്രമാകുന്ന
നീയെന്റെ വീഞ്ഞ്, നീയെന്റെ മധുരം
നീയെന്റെ വിജയം, പരാജയം,
നീ തന്നെ ജനനമരണങ്ങൾ!

നിന്റെ പുഞ്ചിരിയാണെന്റെ വേദനകൾക്ക് മരുന്ന്
നിന്റെ സാമീപ്യമാണെന്റെ ഹൃദയത്തിന്റെ സ്പന്ദനം
നീയെനിക്ക് പിറക്കാതെ പോയ മകളും
രക്തത്തിലില്ലാത്ത പെങ്ങളും
ഇതുവരെക്കാണാത്ത ഒരമ്മയുമാകുന്നു
നിന്റെ കാല്ക്കൾ കണ്ണീരാൽ ഞാൻ കഴുകാം
പാപങ്ങൾ പൊറുക്കുവാൻ രക്തസ്നാനവുമാകാം

എന്റെ അക്ഷരങ്ങൾ ആവുംവിധം നിന്നെ പകർത്തട്ടെ
വേദന തോന്നുമ്പോൾ ഈ വരികൾ ഞാൻ പൂ‍ല്കി മരിക്കട്ടെ
ഇത്രനാൾ അരികില്യുണ്ടായിട്ടും
നിന്നെ ഞാൻ തിരിച്ചറിഞ്ഞില്ലല്ലോ?
കഴിഞ്ഞ ജന്മങ്ങൾ നമ്മളെന്തിനു പിണങ്ങിപ്പിരിഞ്ഞു?
നോക്കൂ, തെറ്റുകൾ ആവർത്തിച്ചുകൂടാ
ഞാനെന്റെ ഹൃദയം ശുദ്ധീകരിക്കാൻ തീരുമാനിച്ചിരിക്കുന്നു
വരൂ, വിശ്രുദ്ധമായ ഒരു പുഞ്ചിരി കൊണ്ട്
നീ തന്നെ ഉദ്ഘാടനം ചെയ്യൂ
ഞാനിപ്പോൾ ഒരു ബോധോദയത്തിന്റെ വക്കിലാണ്!

പ്രണയം
നിന്നോട്ടുള്ള തലയ്ക്കുപിടിച്ച പ്രണയം
എന്നെ ബുദ്ധനാക്കിയിരിക്കുന്ന
ദുഃഖങ്ങളുടെ കൊട്ടാരക്കെട്ടുകൾ വിട്ടെറിഞ്ഞ്
ഞാൻ നിന്നെയും തേടി വന്നിരിക്കുന്നു
നീയാണെന്റെ ബോധിവൃക്ഷം
ഞാനിപ്പോൾ തീർത്തും സ്വതന്ത്രൻ
നിന്റെ സ്നേഹത്തിന്റെ തടവറ തന്നെയെൻ സാമ്രാജ്യം
നില്ലൂ, അരികിൽ തന്നെ നിൽക്കൂ
ഈ ലോകം സുന്ദരമാണെന്ന്
ഞാൻ നിരന്തരം പറഞ്ഞുകൊള്ളട്ടെ!

ജീവിതത്തേക്കാൾ ചേതോഹരമായ ഒരു സ്വപ്നം

എനിക്ക്
നീ ഒരായിരം സ്വപ്നങ്ങളുടെ തുടർച്ചയാകുന്ന
മഴവില്ലിൽ ഞാൻ കാണാതെ പോയ വർണ്ണം
പെയ്തൊഴിയാത്ത കന്നിമാരി
പാതവക്കത്തെ കുഞ്ഞുപൂവ്
തഴുകാൻ മറന്ന കാറ്റ്!

നീ തന്നെ വാഴ്വ്, നീ തന്നെ കനവ്
നിന്നിലേക്കാണെന്റെ ഉണർവ്വ്
നിന്നിലാണെന്റെ നോവ്.
എന്റെ ഹൃദയം തകർന്നുപോയിരിക്കുന്നു
അതൊരു മുളന്തണ്ടുപോലെ വികാരഭരിതമായിരിക്കുന്നു
ഏതോ മഹാനിർവ്വതി
അതിൽ ദിവ്യഗർഭം ചുമന്നിരിക്കുന്നു

ഓമലേ, നീയെത്ര ദൂരെ!
നീ എനിക്ക് രതിയുടെ നിലയ്ക്കാത്ത ഗീതവും
മോചനത്തിന്റെ വാതില്പ്പമാകുന്ന
ജീവിതത്തേക്കാൾ ചേതോഹരമായൊരു സ്വപ്നം
മരണത്തേക്കാൾ പ്രിയപ്പെട്ടൊരു സത്യം
നിന്റെ വിജനതയിൽ
ഒരു വിരഹഗാനമായ് ഞാൻ പെയ്തുതോരുന്നു

 പ്രണയത്തിന്റെ പരമാനന്ദഗീതം

നന്ദി! പ്രണയമേ നന്ദി!
നിന്റെ നോക്കിനും വാക്കിനും
നീയെന്നിൽ വിടർത്തിയ പൂക്കാലത്തിനും

നീ എനിക്ക നഷ്ടപ്പെട്ടൊരു സ്വപ്നവും
വിടവാങ്ങിയ വേദനയുമാണ്
സുഖനിദ്രകളിൽ ഞാനിപ്പോൾ
നിന്റെ നാമം മറന്നുപോയിരിക്കുന്നു
ചപലമായ ധ്യതികളിൽ
ഞാനെന്റെ മാനസം പണയംവയ്ക്കുന്നു
ഞാൻ, എനിക്കിപ്പോൾ തീർത്തും അപരിചിതൻ
നിന്നോടെന്തു പറയണമെന്നോർത്ത്
പകല്യകളെ ഞാൻ ബലികൊടുത്തിട്ടുണ്ട്
നിന്നിൽ നിന്നൊളിച്ചോടാൻ മാത്രമായ്
രാവുകളെ ഞാനഭയം പ്രാപിച്ചിട്ടുണ്ട്
ഇവിടെയീ മരണസമാനമായ വിരസതയിൽ
ഞാനൊരു സ്വപ്നം ഓർത്തെടുക്കുകയാണ്
നീയെന്നിലും ഞാൻ നിന്നിലും
നമ്മൾ മറ്റൊന്നില്ലമായ് കഴിഞ്ഞിരുന്ന
ഒരു സ്വപ്നം!
ഒരു സുന്ദരസ്വപ്നം!!

നീ, എനിക്ക തീവ്രമായ സ്വപ്നങ്ങളിലേക്കുള്ള
ഒരു തിരിച്ചപോക്കാണ്
ജീവിതത്തിലേക്കുള്ള ശക്തമായ വീണ്ടെടുപ്പുകളത്രേ
നിന്റെയോരോ വരവും
വർണ്ണങ്ങളുടെ ചിത്രകഥയിൽ
നിഴലുകൾക്ക് സ്ഥാനമില്ലെന്നറിയുമ്പോൾ
അവ ഇരുളിലേക്കുൾവലിയുംപോലെ
ഒരിക്കൽ നിന്റെ പ്രണയത്തിൽനിന്ന്
എന്റെ മരണത്തിലേക്കഴറിയോടി മറഞ്ഞവനാണ് ഞാൻ.
നന്ദി! ഒരിക്കൽക്കൂടിയുള്ള ഈ വരവിനും
പ്രതീക്ഷയ്ക്ക വകയുള്ള നീണ്ട വിരഹത്തിനും

വസന്തങ്ങളൊക്കെയും വിറങ്ങലിച്ച നിന്ന
വിരഹകാലത്തിന്റെ വിരസഗ്രീഷ്മത്തിലാണ്

വെറുമൊരു വിദൂഷകൻ മാത്രമായിരുന്ന
എന്റെ സ്വപ്നങ്ങളുടെ കോമാളിത്തങ്ങളിലേക്ക്
നീ ഒരു മഹാറാണിയുടെ
വിപ്ലമായ ഔദാര്യങ്ങളുമായ് കടന്നുവന്നത്
പിന്നീട് സുവർണ്ണരേഖകളുടെ അഭാവത്തിൽ
നിരന്തരം പിഴയ്ക്കുന്ന ഹൃദയചലനങ്ങളുടെ തെരുവിൽ
ചോരയോ ചെമ്പരത്തിപ്പൂക്കളുടെ സംഘനൃത്തമോ
ഏതെന്ന തിരിച്ചറിയാനാകാത്ത ഒരുൾക്കിടലത്തിന്റെ
കോണിയിറക്കത്തിൽ തനിയെ പത്തുങ്ങുമ്പോൾ
ഞാനിങ്ങനെ പറയട്ടെ-
ഈ ഏകാന്തത ഒരു പവിഴഗോപുരമാണെന്നും
അതിൽ നിറയെ നിന്റെ ഓർമ്മകൾ മാത്രമാണെന്നും!

 പ്രണയത്തിന്റെ പരമാനന്ദഗീതം

അനന്തതയുടെ വക്കിൽ
ജ്വലിക്കുന്ന ഒരു നക്ഷത്രം

ഇതുപോലെ മഴ പെയ്തുകൊണ്ടിരുന്ന
ഒരു സന്ധ്യയുടെ വിരഹദീപ്തിയിലാണ്
ഒരു വാക്കും മിണ്ടാതെ നീ പോയത്
ഇതുപോലെ തലതിരിഞ്ഞ ഒരു സ്വപ്നത്തിന്റെ
തെറിച്ച വിഭ്രമത്തിലാണ്
ഞാൻ നിന്റെ സ്വപ്നത്തിന്റെ വലയ്ക്കുള്ളിലായത്
ഇക്കവിതപോലെ വിഷാദപൂർണ്ണമായ
ഒരു ജീവിതത്തിന്റെ പുലർച്ചയിലാണ്
നീയെന്റെ രക്തത്തിലേക്ക് വിരുന്നുവന്നത്
ഇപ്പോൾ എന്നെപ്പോലെ ശൂന്യമായ
ഓർമ്മകളുടെ ഇരുണ്ടഭിത്തിമേൽ
നിന്നെക്കുറിച്ചുള്ള പ്രതീക്ഷകളുടെ
നരച്ച ചിത്രം വരച്ചുകൊണ്ടിരിക്കുകയാണ ഞാൻ

നിന്നെ കണ്ടുകൊണ്ടിരിക്കുമ്പോഴൊക്കെ
എനിക്ക രണ്ടുകണ്ണുകളുണ്ടെന്ന കാര്യം ഞാൻ മറന്നുപോകുന്നു
നിന്നെ കേട്ടുകൊണ്ടിരിക്കുമ്പോൾ
എന്റെ രണ്ടുകാതുകളും അപ്രസക്തങ്ങളാകുന്ന
നിന്റെ ശരീരത്തോട് ഞാൻ ചേരുന്ന മാത്രയിൽ
എന്റേതെന്ന് ഞാൻ കരുതിയിരുന്ന ശരീരം വെടിഞ്ഞ്
ഞാൻ നിന്നിലേക്ക് പറന്നവരികയും ഞാനെന്നത്
നിനക്ക് കടന്നുവരാനുള്ള

ഒരു പാലം മാത്രമായ്ത്തീരുകയും ചെയ്യന്നു!

നീ എന്നിലേക്കു വളർന്ന വസന്തത്തിന്റെ
ഏറ്റവും സുന്ദരമായ ഒരു ശിഖരമാകുന്നു
നിന്റെ ആഴങ്ങളിലേക്കഗ്നിയുടെ പ്രഖ്യാപനങ്ങളുമായ്
ഞാൻ ആഴ്ന്നിറങ്ങുന്നു
നിന്റെ നഗ്നത ഒരു കടൽഭിത്തിയാണ്
അതിൽ തട്ടി എന്റെ രതിമൂർച്ചകൾ വിറങ്ങലിച്ച് വീഴുന്നു
നിന്റെ നഗ്നത എനിക്ക് ആകാശമാകുന്നു
അവിടെ അനന്തതയുടെ വക്കിൽ
ജ്വലിക്കുന്നൊരു നക്ഷത്രംപോലെ എന്റെ വിരൽ!

   പ്രണയത്തിന്റെ പരമാനന്ദഗീതം

നിന്റെ ശൂന്യതയ്ക്ക് ഞാൻ എന്റെ പേരു നല്കുന്നു

ഞാൻ ഇല്ല
അതിനാൽ നിന്നെ ഞാൻ കണ്ടിട്ടില്ല
നിന്റെ വെളിപാട്ടുപുസ്തകത്തിൽ
എനിക്ക വേണ്ടിയുള്ള തെളിവുകളില്ല
നിന്റെ ദേവാലയങ്ങളിലൊന്നും തന്നെ
എനിക്കുവേണ്ടി ഒരു ദീപവുമെരിയുന്നീല
എങ്കിലും അന്യംനിന്നുപോകുന്ന നിന്റെ മൗനങ്ങളിൽ
ഞാനായ്ത്തീരാൻ കൊതിച്ച്
വാക്കിന്റെ നാലതിരുകൾക്കുള്ളിൽ വിങ്ങുന്ന
ഒരു വേദന ഞാൻ തിരിച്ചറിഞ്ഞിരിക്കുന്നു
നിന്റെ ശൂന്യതയ്ക്ക് ഞാൻ എന്റെ പേരു നല്കുന്നു
ഇനി മുതൽ ഇതാണെന്റെ സുവിശേഷം-
നീ ഇല്ല; അതിനാൽ
നിന്നെ ഞാൻ കണ്ടിട്ടില്ല!

ഞാൻ നിന്റെ വചനം കേൾക്കുന്ന രാത്രിയിൽ
ഏതോ പാപത്തിന്റെ പങ്കുപറ്റകാരനെപ്പോലെ
നിലാവ് നിലവിളികളുമായ് വിളറിനില്കുന്ന
രാക്കാറ്റിന്റെ നേർത്ത തേങ്ങലിൽ
ഞാൻ നിന്റെ ചിറകടിയൊച്ചകൾ കേൾക്കുന്ന
ഒരുവേള എല്ലാ പ്രാർത്ഥനകളും നിലച്ചപോകുന്ന
ഒരസുലഭനിർവ്വതിയിൽ നീയെന്നിലേക്ക കുതിച്ചൊഴുകുന്ന

ആഗ്രഹങ്ങളുടെ ക്കൂറ്റനരയാൽ മരം
നിന്റെ അനുഗ്രഹങ്ങളുടെ പ്രവാഹത്തിൽ കടപുഴകിവീഴുന്നു
നിന്റെ ആഴങ്ങളോടൊപ്പം എന്റെ എല്ലാ വേദനകളും
ശാശ്വതമായ് മറഞ്ഞുപോകുന്നു
ഒരിക്കലും പേരിടാനാകാത്ത ഒരു ബന്ധനത്താൽ
നാമൊന്നുചേരുന്നു!
ഒരുമിച്ചു മുന്നേറുന്നു!!

പ്രണയത്തിന്റെ അഗ്നിരഹസ്യം

നിന്റെ മണം
പെണ്ണത്തമുള്ള ഒരു പുതപ്പപോലെ
ഈ രാത്രിയിൽ എന്നെ പുണർന്നുനില്ക്കുന്നു
നീ അത്രനേരം സംസാരിച്ച നിന്നിടത്ത്
വസന്തത്തിന്റെ വളകിലുക്കം ഞാൻ കേൾക്കുന്നു
നിന്റെ ചിരിയുടെ വികാസങ്ങളിൽപ്പെട്ട്
എന്റെ ആകുലതയുടെ കടവാവലുകൾ ചിറകുകുടഞ്ഞതും
നിന്റെ പ്രണയത്തിന്റെ രക്തശിലയിൽ
എന്റെ ആരാധനയുടെ വേനൽച്ചെമ്പികൾ നൃത്തമാടിയതും
ഒരു സ്വപ്നം പോലെ ഞാനോർത്തുനില്ക്കുന്നു

ദിവ്യാനന്ദത്തിന്റെ ശുഭ്രപർവ്വതമായ് അരികിൽ നീ
കുലീനതയുടെ മുദ്രകൾ കാട്ടിനിന്നപ്പോൾ
നിന്റെ ചുറ്റും വിലാപത്തിന്റെ കാട്ടരുവിയെന്ന പോലെ
എന്റെ വികാരങ്ങളൊന്നുചേർന്നൊഴുകി
നിന്റെ പാദങ്ങളിൽ നിന്നു മുടിയിഴകളിലേക്കും
മുടിയിഴകളിൽ നിന്നു പാദങ്ങളിലേക്കും
എന്റെ മിഴികൾ സഞ്ചരിച്ച
നിന്റെ രോമകൂപങ്ങൾ
വെളിച്ചത്തിന്റെ ഇരുത്തുകളാകുന്നത്
ഒരുൾപ്പുളകത്തോടെ ഞാനറിഞ്ഞു
നിന്റെയനുരാഗ വിശുദ്ധിയുടെ കടവുകളിൽ
ആനന്ദത്തിന്റെ സൗവർണ്ണമീനകൾ ചാഞ്ചാടുന്നതും

നിന്റെ വിയർപ്പിൽ നിന്ന് സൗന്ദര്യാനുഭൂതിയുടെ
വെൺപ്രാവുകൾ ചിറകടിച്ചയരുന്നതും ഞാൻ കണ്ടു
നിന്റെ ദന്തങ്ങളിൽ നുരയുന്ന തിളക്കം
നിന്റെ ആഴമേറിയ വിശപ്പിനെ ഓർമിപ്പിച്ച
അവയ്ക്കമേ കടലിലെ അദ്ഭുതാകരനായ മത്സ്യത്തെപ്പോലെ
നിന്റെ നാവിന്റെ സ്നേഹാർദ്രമായ നടനം

നിന്റെ മിഴികളിൽ ഞാൻ കാത്തിരുന്ന
കാലങ്ങളാകെ കതിർച്ചൂടുന്നതും
നിന്റെ മൊഴികളിൽ എന്നോട്ടുള്ള സ്നേഹത്തിന്റെ
ആന്ദോളനങ്ങളുണരുന്നതും ഞാനറിഞ്ഞു
നിന്റെ ഉദരത്തിൽ എനിക്കായുള്ള ഗർഭാന്തരവേദനയുടെ
നിലയ്ക്കാത്ത തിരയിളക്കങ്ങൾ!
നിന്റെ ഹൃദയത്തിൽ എനിക്കായുള്ള സ്വപ്നങ്ങളുടെ
അഭംഗുരമായ സ്പന്ദനങ്ങൾ!!

പ്രണയിനീ
സ്വർഗ്ഗലാവണ്യത്തിന്റെ സുഗന്ധസംഗീതമേ
മറ്റുള്ളവർക്കു മുന്നിൽ വിശുദ്ധനായ് നടിക്കുന്ന ഞാൻതന്നെ
നിന്റെ മുന്നിൽ പ്രണയത്തിനായ് സ്വയം നഗ്നനാകുന്നു
മധുരനാരങ്ങകൾ മുത്തമിടുന്ന
നിന്റെ മാറിടത്തിന്റെ വെണ്മയോർക്കുമ്പോൾ
പുലരിമഞ്ഞിൽ ഞാൻ ഗ്രീഷ്മസൂര്യനായ് മാറുന്നു
തരളകാമനകളെ സൗവർണ്ണമാക്കുന്ന നിന്റെ പിന്നഴക്
മടിയിലമരുമ്പൊഴൊക്കെയും
അനശ്വരതയുടെ കാവ്യലിപികൾ നിന്റെ
പിൻകഴുത്തിൽ ഞാൻ കൊത്തിവയ്ക്കുന്നു
അക്ഷരങ്ങളെയെന്ന വിധം എന്റെ വിരലുകൾ
നിന്റെ ധ്യാനപത്മങ്ങളെ വിടർത്തുമ്പോൾ
വസന്തത്തിന്റെ പൂമരത്തിൽ മുഖം ചേർത്ത്
നീയെന്തു മന്ത്രമാണ് മൂളാനാഗ്രഹിക്കുക?

പ്രണയത്തിന്റെ ഹിമവർഷമേ
എനിക്ക് നീ നിന്റെ അഗ്നിരഹസ്യം തരിക!
മൂതിയുടെ കടലിനും അക്കരെപ്പോയ്
രതിയുടെ അമൃതകുടീരം ഞാൻ പൂകട്ടെ!!

  പ്രണയത്തിന്റെ പരമാനന്ദഗീതം

കരയാതെ നില്ക്കുന്ന വേരുകൾ

സ്വപ്നങ്ങൾ തകർന്നടിയുമ്പോഴത്രേ
സ്വർഗ്ഗങ്ങൾ വാഴ്ത്തപ്പെടുന്നത്
വസന്തങ്ങളുടെ അവസാനസന്ധ്യയിൽ
രക്തം രക്തത്തോട് വിടപറയുമ്പോഴത്രേ
നക്ഷത്രങ്ങൾ വിരഹഗാനമാലപിക്കുന്നത്
നിന്നെക്കുറിച്ചും നിന്റെ നഷ്ടമാകലിനെക്കുറിച്ചും
വ്യഥിതമായിങ്ങനെ ഓർക്കുമ്പോഴത്രേ
ഞാനൊരപരാധിയാണെന്ന തോന്നലുണ്ടാകുന്നത്

നിന്നെ അറിയുവാൻ മാത്രമാണെന്റെ ജന്മം
നിന്നിൽ അലിയുവാൻ മാത്രമാണെന്റെ യാത്ര
എന്റെയോരോ പുലരിയും നിന്നിലേക്കണയുന്നു
എന്റെയോരോ രാത്രിയും നിന്നിലെരിഞ്ഞടങ്ങുന്നു
നിന്നോടു കലഹിക്കാനാകാതെ ഞാൻ കാറ്റുകളോട് കലമ്പുന്നു
നിന്നോട് പരിഭവിക്കാതിരിക്കാൻ മാത്രം
മുകിലുകളോടെന്റെ ദേഷ്യം ഞാൻ പറഞ്ഞുതീർക്കുന്നു
ജീവിതം വളരെ ദുഃഖാർദ്രമായ് കടന്നുപോകുന്ന
നിന്നെയോർക്കുമ്പോൾ എല്ലാ സൗഖ്യങ്ങളും
എന്റെ ഹൃദയത്തിൽ പൂത്തുവിടരുന്ന
കൈനീട്ടി വന്നപ്പോൾ വരവേല്ക്കാൻ മറന്നുപോയവന്റെ
ഗതികെട്ട സ്വപ്നം പോലെ
നീ പോകുന്ന മാത്രയിൽ

കടപുഴകിവീഴുമ്പോഴും കരയാതെ നില്ലുന്ന
എന്റെ വേരുകളോർത്ത് ഞാൻ കുണ്ഠിതപ്പെട്ടന്നു
നഷ്ടസൗഭാഗ്യങ്ങളിൽ ദിക്കറ്റ്
ഞാൻ മൂകനായ് കൊഴിഞ്ഞുവീഴുന്നു

നിന്നെ സ്നേഹിക്കുക എന്നുപറഞ്ഞാൽ
എനിക്കു പ്രിയമായ മറ്റ നക്ഷത്രങ്ങളെയൊക്കെ
മറക്കുക എന്നാണർത്ഥം
എങ്കിലും ഞാനതിനു തുനിയുന്നു
നിന്നോട്ട പിണങ്ങുക എന്നുപറഞ്ഞാൽ
ഒരിക്കൽ എന്റേതായിരുന്ന എല്ലാ സൗഭാഗ്യങ്ങളിലേക്കുമുള്ള
തിരിച്ചപോക്ക് എന്ന മാത്രമാണർത്ഥം
എങ്കിലും, നിന്റെ സ്നേഹം സാക്ഷി-
ഞാനതിനു തുനിയുന്നു!

ഓർമ്മയിൽ മുല്ലപ്പൂമാല ചൂടിയ പെണ്ണേ
നിന്നോടാണെന്റെ പ്രാർത്ഥനകൾ
നിന്നിലേക്കാണെന്റെ അർച്ചനകൾ
നിനക്കായാണെന്റെ നൊമ്പരങ്ങൾ
തീർത്ഥം ലോലമായ ഒരു വിളുമ്പിലൂടെയാണെന്റെ യാത്ര
എന്റെ മനസ്സ് അപക്വവും അപൂർണ്ണവ്വമാണ്
അതെപ്പോഴും എന്തോ തേടിക്കൊണ്ടിരിക്കുന്ന
പ്രധാനമായും അതിന്റെ ലക്ഷ്യം നീ തന്നെയാണ്
മാർഗ്ഗം ഈ വാക്കുകളും
വിരഹാതുരമായ സന്ധ്യകളിൽ ഈ വാക്കുകൾ
ഞാൻ മാറോട് ചേർക്കാറുണ്ട്-
നിന്നെയെന്നപോലെ!

ഞാനീക്കാട്ടുന്നതെല്ലാം ഘോരമായൊരു തെറ്റാണെന്ന്
നിനക്ക് തോന്നുണ്ടെങ്കിൽ
എന്നെ ഇരുളിന്റെ പാതാളത്തിലേക്ക് തള്ളിയിട്ടാലും
ഈ വാക്കുകൾ ഒരു പരാതിയും
ഒരു അപേക്ഷയുമായി കരുതുക
വിധി നീ തന്നെ പ്രഖ്യാപിക്കുക!

     പ്രണയത്തിന്റെ പരമാനന്ദഗീതം

എത്രനാൾ നാം ഇങ്ങനെ സ്വപ്നങ്ങളിലൊളിച്ചു കഴിയും?
എത്രനാൾ നാം ഇങ്ങനെ ജീവിതത്തിന്റെ ശ്വാസമുപേക്ഷിച്ച്
മരണത്തിൽ കഴിഞ്ഞുക്കൂടും?
വരൂ, കണ്ണീരുകൊണ്ടൊരു കായല്യുണ്ട്
ക്ഷീണങ്ങളെല്ലാം വെടിഞ്ഞ്
പ്രണയത്തിന്റെ വഞ്ചി ഒന്നായ്ത്തുഴഞ്ഞ്
നമുക്കുപോകാം-
ഒരു യാത്ര!
അനന്തമായ യാത്ര!!

ദാ നോക്ക്വ,
വാനിൽ നക്ഷത്രങ്ങളുടെ ഒരു വനം

ഇ പ്പോൾ
നീയിരുന്നിടത്ത്
സ്നേഹത്തിന്റെ
ഒരദൃശ്യഹസ്തം മാത്രം
അതിന്റെ നഖങ്ങളിൽ ചുംബിച്ച്
ഒരു നക്ഷത്രത്തെ ഞാൻ സ്വപ്നം കാണുന്നു
എന്റെ സ്വപ്നത്തിൽപ്പെട്ടമ്പോഴെല്ലാം
നക്ഷത്രം നിന്റെ മാറിലൊളിക്കുന്നു
നക്ഷത്രം നിന്റെ മാറിലൊളിക്കുമ്പോഴെല്ലാം
സ്വപ്നം, എന്നിൽ നിന്നു വഴുതി
മണ്ണിൽ വീഴുന്നു
മണ്ണിൽ വീണ സ്വപ്നത്തെ
പുല്ക്കൊടികൾ നെഞ്ചേറ്റുന്നു
പുല്ക്കൊടികൾ നെഞ്ചേറ്റിയ സ്വപ്നം
പുലരിയിൽ ഒരു വിത്തായ് മാറുന്നു
വിത്ത് മുളപൊട്ടി
ചെടിയായ്, മരമായ് ആകാശത്തോളമുയരുന്നു
വസന്താഗമനത്തിൽ അത് പൂക്കുന്നു
ദാ നോക്ക്വ, വാനിൽ
നക്ഷത്രങ്ങളുടെ ഒരു വനം
അതിനൊത്ത നടുവിൽ

കാണുന്നുണ്ട് ഞാൻ
നിന്നെ
ഒരു
സൗവർണ്ണപുഷ്പമായ് തന്നെ!

പുലരിയുടെ ഓരത്ത്
ഒരു പുളകത്തിൽ

ഈ വർഷരാത്രിയുടെ ഓർമ്മയ്ക്കായി
ഒരു സുന്ദരഗാനമെഴുതാൻ എനിക്കാവില്ല
എന്തെന്നാൽ ഞാൻ ദുഃഖത്തോടൊപ്പം പിറന്നു
നിരാശയോടൊപ്പം വളർന്നു
ശിഥിലതയോടൊപ്പം നടന്നു
രാവിൽ ഞാൻ നിശ്ശബ്ദതയോട്ട കിന്നരിക്കമ്പോൾ
കാത്തിരിക്കുന്ന വസന്തം ഇനിയുമകലെയല്ലെന്ന്
രാപ്പാടികൾ ഘോഷിക്കുന്നു
ദുഃഖത്തോടെ, അതിലേറെ വൈമനസ്യത്തോടെ
നിന്നെ കൈവിട്ടുപോയ ആ നിമിഷം
ഞാൻ എല്ലായ്പ്പോഴും ഓർക്കാറുണ്ട്

ഞാൻ നിനക്ക എന്റെ ഹൃദയം തന്നു
നീ എനിക്ക നിന്റെ സ്നേഹവും
പക്ഷേ നിന്റെ സ്നേഹം സൂക്ഷിച്ചവയ്ക്കാൻ
എനിക്കൊരു ഹൃദയമില്ലാതായിപ്പോയയല്ലോ!

കാലമേറുന്തോറും ലഹരിയേറുന്ന മുന്തിരിവീണ്ണു തന്നെ പ്രേമം
ഹൃദയത്തിൽ ഞാനതിന്റെ പാനപാത്രം ചുമന്നുനടക്കുന്നു
പക്ഷേ, നീ കൂടെയില്ലാതെ
ഈ മധുരമെല്ലാം ഞാനെങ്ങനെ പാനം ചെയ്യും?
നീ വരില്ലെങ്കിൽ കാറ്റുകളെത്താത്ത മരുഭൂമിയിലെ മരുപ്പച്ച പോലെ

സ്വപ്നങ്ങളും പ്രതീക്ഷകളും
ദിവ്യസ്നേഹത്തിന്റെ വർണ്ണമയിൽപ്പീലികളുമെല്ലാം
ഉള്ളിൽത്തന്നെ കിടക്കട്ടെ-
തേങ്ങലിനം തേങ്ങലായി!!

ഇന്നലെ നരകഭീകര രാത്രിയിൽ
ദുഃസ്വപ്നങ്ങൾ എന്നെ ചുഴറ്റിയ നോവിൽ
നിന്നെയോർത്തു നിലവിളിച്ചുകൊണ്ട്
ഞാൻ നരകത്തിന്റെ വാതിലുകൾ തല്ലിപ്പൊളിക്കുകയായിരുന്ന
അപ്പുറം സ്വർഗ്ഗവാതില്ക്കൽ നീ നില്പുണ്ടായിരുന്ന
നിന്നെ ചൂണ്ടി (ദൈവമോ ചെകുത്താനോ ആരെന്ന വ്യക്തമല്ല.
അത്ര ഭീകരമായിരുന്ന ആ മുഖം)
ഒരാൾ ചോദിച്ചു
നീയും അവളും തമ്മില്ലുള്ള ബന്ധമെന്ത്?
ഞാൻ പറഞ്ഞു
നീയെന്റെ ഹൃദയത്തിനുള്ളിലെ ഹൃദയമെന്ന്
ഉടനെ അയാൾ എന്റെ ഹൃദയം ചുഴ്ന്നെടുത്ത്
തീക്കുണ്ഡത്തിലേക്കെറിഞ്ഞു
അത് അവിടെക്കിടന്ന് ഒരു നക്ഷത്രത്തെപ്പോലെ നിലവിളിച്ച
ആ നിലവിളിയിൽ നിന്ന് ഈ പുലരിയുണ്ടായി.
പുലരിയുടെ ഓരത്ത് നമ്മൾ രണ്ടും
ഒരു പുളകത്തിന്റെ അപ്പുറമിപ്പുറം ആടുകയാണല്ലോ!

നിന്നെയോർക്കുമ്പോൾ ഞാനൊരു ഗാനമാകുന്നു

പ്രണയം എന്നെ മുൾവഴികളില്ലൂടെ നടത്തി
നിനക്കു വേണ്ടി
ഞാനെന്റെ ആഗ്രഹങ്ങളുടെ ശവമഞ്ചം ചുമന്നനടന്ന
ഞാനൊരു പിടിവാശിക്കാരനായ ചുമട്ടുകാരനാണ്
നിന്റെ രൂപം സ്വപ്നങ്ങളിൽ ചുമന്നനടന്നതിനും
നിന്റെ സ്വരം കാതുകളിൽ സൂക്ഷിച്ചവച്ചതിനും
നിന്റെ ഗന്ധം ആത്മാവിൽ സൂചിമുനകളിൽ കുത്തിവച്ചതിനും
എനിക്ക് കൂലി വേണം
തരിക-
നിന്റെ ജീവിതം തന്നെ കൂലിയായ്!

നിന്റെ അരനിമിഷം എനിക്കായിരം കോടിജന്മങ്ങളാകുന്ന
പേരിടാനാകാത്തോരപൂർവ്വ രോമാഞ്ചമേ
നിന്റെ നാമം എനിക്കിപ്പോൾ ദിവ്യമന്ത്രം തന്നെ!
നിന്റെ രൂപമോ സ്വപ്നങ്ങൾക്കുള്ളിലെ സ്വപ്നവും!!

നീ ഹൃദയത്തിലെ നന്മയും ഉണ്മയുമാകുന്നു
നിന്നെ വിശദീകരിക്കാനുള്ള ഒരു ശ്രമവും
എന്റെ മനം പാഴാക്കിക്കളയുന്നില്ല
നീയെനിക്കു ജീവിക്കാനുള്ള പ്രത്യാശയും
കഴിഞ്ഞുകൂടാനുള്ള കൂടും
പറന്നുപാടാനുള്ള ആകാശവുമൊക്കെയാകുന്നു

 പ്രണയത്തിന്റെ പരമാനന്ദഗീതം

സ്തുതിപറച്ചിലിലേക്ക് എന്റെ ഭാവന
ചെറുതാകുന്നതിൽ എനിക്ക പരിഭവമില്ല
എന്തെന്നാൽ നീ തന്നെയാകുന്ന എന്റെ പ്രപഞ്ചം

എത്രയെഴുതിയാലും നിനക്കുവേണ്ടി നിമിഷംപ്രതി
വാക്കുകൾ പെറ്റുവീഴുന്ന
ജന്മാന്തരങ്ങൾക്ക് മുമ്പ് എവിടെയോ വച്ച്
എന്തോ ഒന്ന ഞാൻ നിന്നിൽ മറന്നവച്ചിരിക്കണം
അത തിരിച്ചെടുക്കാൻ വേണ്ടിയാകാം
ഞാൻ നിന്നിലേക്ക വീണ്ടുംവീണ്ടും വന്നുകൊണ്ടിരിക്കുന്നത്
നിന്നിലെത്തുമ്പോഴേക്കും അക്കാര്യം ഞാൻ മറന്നുപോകുന്ന
നിന്റെ അഭൗമമമായ മായയുടെ പ്രഭാവത്താൽ
എനിക്ക് അടിതെറ്റുന്ന
ഞാൻ പിന്തിരിയുന്ന.
ഞാൻ ശൂന്യതയിലൊതുങ്ങിക്കൂട്ടുമ്പോൾ
നിന്റെ ഓർമ്മ വീണ്ടും വിളിക്കും
അങ്ങനെ ഓരോ നിമിഷവും
ഞാനൊരു തീർത്ഥാടനത്തിലായിരിക്കുന്ന
എന്നിൽ നിന്ന് നിന്നിലേക്കുള്ള വഴികളിൽ
ഒരു ഭ്രാന്തനെപ്പോലെ നിന്റെ പേര മാത്രും വിളിച്ച്
നിന്നെ മാത്രും ഓർത്തുകൊണ്ട്
ഏകാന്തനായ് ഞാൻ യാത്ര ചെയ്യുന്ന

ജീവിതം
ഒരുതുള്ളി വിഷംവീണ പാൽപാത്രം.
പാത്രത്തിൽ പാൽ മാത്രമായിരുന്നെങ്കിൽ
നിന്നെ ഞാൻ സ്നേഹിക്കയില്ലായിരുന്ന
നിന്നെ ഞാൻ എന്നിലേക്ക വലിച്ചെടുക്കുന്നത്
എന്റെ ദുഃഖത്തിന്റെ വിഷം നീയും കൂടി
പങ്കിട്ടെടുക്കാൻ വേണ്ടിയാണ്

നിന്നെയോർക്കുമ്പോൾ ഞാനൊരു ഗാനമാകുന്ന
ആകാശങ്ങളിലെല്ലാം ഞാൻ ഉയർന്നുകേൾക്കപ്പെടുന്ന
കാറ്റുകൾ എന്നെ ഏറ്റെടുക്കുന്ന
പിന്നെ മലകൾക്ക് ദാനം ചെയ്യുന്ന
മലകൾ വസന്തങ്ങളാലെന്നെ ഊട്ടുന്ന

എങ്കിലും ഞാനാഗ്രഹിപ്പത്
നിന്റെ ഹൃദയത്തിന്റെ പുഞ്ചിരി തന്നെ!
ഇതുവരെയുള്ള എന്റെ എല്ലാ കഷ്ടതകളെയും
കഴുകിക്കളയാൻ തക്കവിശുദ്ധി അതിനുണ്ട്!!

സ്വാതന്ത്ര്യത്തിലേക്കുള്ള വാതായനങ്ങൾ

എന്നിലൊരു കവിയും കാമുകനുമുണ്ട്
ഞാനിഷ്ടപ്പെടുന്ന പെണ്ണേ
നിന്നെ ആവശ്യപ്പെടുന്നത് എന്നിലെ കാമുകനാണ്
സ്നേഹിക്കാൻ വേണ്ടി മാത്രം
എന്നിലെ കവിക്ക്
നിന്നെ വാക്കുകളുടെ മലർവിരിപ്പിൽ
കിടത്താൻ മാത്രമേ കഴിയൂ
തല്ലാലം കവി നോക്കി നില്ക്കട്ടെ!
കാമുകൻ ഇടപെടട്ടെ!!

സ്നേഹിക്കപ്പെടാത്തവന് സ്നേഹമുള്ള വാക്ക്
സ്വാതന്ത്ര്യത്തിലേക്കുള്ള വാതായനമാണ്
നേടുവാൻ മറ്റാകാശങ്ങളില്ലാത്തവന്റെ
വിലാപങ്ങളാണെന്റെ വാക്കുകൾ
തേടുവാൻ മറുതീരങ്ങളില്ലാത്തവന്റെ
തീരാവിഷാദങ്ങളാണെന്റെ വാക്കുകൾ
കോരിച്ചൊരിയുന്ന കദനത്തിന്റെ രാമഴയിൽ
നിന്റെ ഓർമ്മകൾ എന്നെ പലരൂപങ്ങളിൽ
വന്നു ഭയപ്പെടുത്തുന്നു
എങ്കിലും നിന്റെ സ്വപ്നം
ദൂരെ ഒരു തോണിയുടെ നിഴൽക്കാഴ്ചയിൽ
വന്നുംപോയുമിരിക്കുന്നു

നോക്കൂ
വാക്കുകളുടെ ഹിമപ്രവാഹത്തിലാണ് ഞാനിപ്പോൾ
ശപിക്കപ്പെട്ട ഭാവനയ്ക്കും ആസക്തി പേറുന്ന ബുദ്ധിക്കുമിടയിൽ
കോലംതുള്ളുന്ന വാക്കുകൾ!
പിഴച്ചപോയ ജന്മനക്ഷത്രമേ
ഞാനോ? നീയോ? എന്റെ വാക്കോ?
ആരാകുന്നു തെറ്റ് ചെയ്യുന്നത്?

പാതിരാക്കാറ്റിന്റെ ലോലമായ മേനിയിൽ
സൂചിമുനകൾ പോലെ
വസന്തത്തിന്റെ ഗന്ധം അരിച്ചിറങ്ങുമ്പോൾ
ഓമനേ ഞാൻ നിന്നെക്കുറിച്ചോർക്കും
തുറന്നിട്ടിരിക്കുന്ന ജാലകം വഴി
നിന്റെ ഹസ്തദാനത്തെ ഓർമ്മിക്കും പോലെ
മുല്ലപ്പൂഗന്ധം ഓഴുകിയെത്തുമ്പോൾ
ഒരു തലോടലിനും
ഹൃദയം വെന്തുനീറുന്ന ഒരു ചുംബനത്തിനും വേണ്ടി
ഞാൻ ആശിച്ചപോകാറുണ്ട്
പക്ഷേ ചുമരിലെ നിശ്ചലഛായാചിത്രങ്ങളോട് കലഹിച്ച്
എന്റെ രാത്രികളുടെ നിദ്രയ്ക്കു കനംതൂങ്ങുമ്പോൾ
രാപ്പാടികൾ ഗാനമാലപിക്കാൻ തുടങ്ങും
ബോധഭ്രപടത്തിൽ ഒരു കൊള്ളിയാൻ പോലെ
നിന്റെ പദതളിർ വിടരുമ്പോൾ
എന്റെ ഇന്ദ്രിയങ്ങളെല്ലാം ജാഗ്രൂകമാകുന്നു
നിന്നെ പൂർണ്ണമായും ഒപ്പിയെടുക്കാൻ അവർ മത്സരിക്കുന്നു
നിന്റെ നിമിഷങ്ങളിലൂടെയുള്ള വളർച്ച അവർ അനുഭവിക്കുന്നു

ഒരു കാട്ടാളൻ ഒരു മാൻകിടാവിനോടെന്നപോലെ
ഒരു മുള്ള് ഒരു പൂവിനോടെന്നപോലെ
എന്റെ പ്രണയം ഞാൻ നിനക്ക മുമ്പിലവതരിപ്പിക്കുന്നു
അഭ്യൂഹങ്ങൾക്കിടനൽകാത്തവിധം ഒരുത്തരം പറയൂ
ജീവിതമോ മരണമോ ഏതാണ് എനിക്ക് യോജിച്ചതെന്ന്
എനിക്ക് തീരുമാനിക്കാനാണ്.

നിന്റെ മിഴികളിൽ നിന്നൊരു തിരി എനിക്കവേണം

മനസ്സിലെ വരാന്തയിൽ കൊളുത്തിവയ്ക്കാനാണ്
എന്നോടിണങ്ങുന്ന ഒരായിരം ബിന്ദുക്കളെ
ഞാൻ നിന്നിൽ കണ്ടെത്തിയിരിക്കുന്ന
കാന്തശക്തിയുള്ള അവയോരോന്നും ഓരോ നിമിഷവും
എന്നെ നിന്നിലേക്ക് വലിച്ചുകൊണ്ടുപോകുന്നു
ശാന്തമായ് ചിന്തിക്കൂ
ഇപ്രകാരം നിനക്ക് എത്ര മേഖലകൾ എന്നിലുണ്ടെന്ന് ചിന്തിക്കൂ
കുമ്പസാരക്കൂട്ടിൽ നില്ക്കുന്ന പോലെ
ഞാൻ നിന്റെ മുന്നിൽ നില്ക്കുന്നു
ഈ വാക്കുകൾ എന്റെ ഹൃദയം തുറക്കുന്ന താക്കോലുകളത്രേ
നീ അവ സ്വീകരിച്ചാലും!
എന്റെ നിഗൂഢതകളിലേക്ക് സദയം പ്രവേശിച്ചാലും!!!

നിന്നെ ഓർക്കാത്ത നോവുകളില്ല

എന്റെ വേരുകൾ ആകാശത്തിലും
ശിഖിരങ്ങൾ മണ്ണിലും ആണ്ടുപോയിരിക്കുന്ന
ഞാൻ എന്തൊരു മരമാണ്!
അമരമാകാൻ കൊതിച്ചതിന്റെ ശിക്ഷ!!

ലോകത്തെ വെറുപ്പോടെ ദർശിച്ച നേരങ്ങളിൽ
മരണം മാത്രമായിരുന്ന എന്റെ സഹചാരി
ചുറ്റുമുള്ളവയെ പ്രണയത്തോടെ
വീക്ഷിക്കാൻ തുടങ്ങിയപ്പോഴാകട്ടെ
ജീവിതം എന്റെ സുഹൃത്തായ് മാറി

ജീവിതത്തിന്റെ ഭ്രമാത്മക സ്വപ്നങ്ങൾക്ക് വശപ്പെട്ടതിനാൽ
എന്നിൽ നിന്ന് ഒരിക്കൽ ഞാനായിരുന്നതിന്റെ
ഘടകങ്ങളെല്ലാം നഷ്ടപ്പെട്ടിരിക്കുന്ന
എങ്കിലും സൂക്ഷ്മശരീരത്തിൽ ആ പഴയ ' ഞാൻ' തന്നെ
വേദനയോടെ നിലവിളിക്കുന്ന
തുടർന്നുപോകുന്ന ജീവിതമെന്ന അസ്വസ്ഥത
കോശങ്ങളെ മത്തുപിടിപ്പിക്കുമ്പോഴെല്ലാം
പ്രണയത്തിന്റെ സൗവർണ്ണ സ്വപ്നദലങ്ങൾ
ധമനികളിൽ നൃത്തമാടാൻ തുടങ്ങും
അതെന്നെ സർഗ്ഗാത്മകതയുടെ ശാദ്വലഭൂമികയിലേക്ക് നയിക്കും
പേശികളിൽ നൈരാശ്യം ഭയാനകമായി നിലവിളിക്കുമ്പോഴെല്ലാം
പ്രപഞ്ചത്തിലാകെയും പടരുന്ന ഒരാർദ്രതയായി

 പ്രണയത്തിന്റെ പരമാനന്ദഗീതം

എന്നെ പരിണമിപ്പിക്കുന്നത് പ്രണയം തന്നെയാകുന്നു

എന്നെ അതുല്യനും അനന്യനുമായി പ്രഖ്യാപിക്കുന്ന
വന്യതയുമായുള്ള ഈ ചങ്ങാത്തം
മറ്റെല്ലാ തയ്യാറെടുപ്പുകളിൽ നിന്നും എന്നെ മുക്തനാക്കുന്ന
പ്രാപഞ്ചികതയുടെ മുഴുവൻ വാഴ്വിനും വേണ്ടിയുള്ള ഇന്ധനം
പ്രണയത്തിന്റെ ഒരൊറ്റ കണ്ണിറുക്കലിലുണ്ട്
അതിന്റെ ഉന്മാദത്തിന്റെ കൈകൾ
എന്നെ നിലാവിന്റെ സരോവരത്തിലേക്ക നയിക്കുന്ന
പകലിന്റെ നെറികെട്ട യാഥാർത്ഥ്യബോധമോ
ഭാരം ചുമക്കുന്ന കാളയ്ക്ക് സമമായ്
എന്നെ മാറ്റിത്തീർക്കുന്ന
അതിരില്ലാത്ത ഭാവനകൾക്കപ്പറം
ചിറകുകൾ നീർത്തിയെന്റെ ചേതന പറന്നുപോകുമ്പോൾ
ഒരു വേള, നീ കൂടെയുണ്ടായിരുന്നെങ്കിൽ എന്നു ഞാൻ
നിനയ്ക്കാത്ത നോവുകളില്ല

വ്യക്തമായ് പറയട്ടെ
ധീരമായ് തന്നെ പറയട്ടെ-
ഞാൻ നിന്നെ സ്നേഹിക്കുന്നു.
ഈ വാക്കെത്ര പഴഞ്ചനാണെങ്കിലും
അതിൽ എന്റെ എല്ലാം അടങ്ങിയിരിക്കുന്ന
ശൂന്യത ഹൃദയത്തിന്റെ വാതിൽ തുറന്നു വരുമ്പോൾ
വാക്കുകൾ കിട്ടാതെ നാവു വരളുമ്പോൾ എന്റെ പെണ്ണേ
നിന്നെയൊന്ന് കണ്ടെങ്കിലെങ്കിലും മതി എന്ന്
എന്റെ വേദന നിരന്തരം നിലവിളിക്കുമ്പോൾ
വിരഹം പൂർണ്ണമാകുന്നു!

മാഞ്ഞുപോകുന്ന വർണ്ണങ്ങളിലെ അനുഗ്രഹങ്ങൾ

നീയെന്റെ ഹൃദയത്തിൽ വാസമുറപ്പിച്ച ശേഷം
ജീവിതം എനിക്കിപ്പോൾ വീണ്ടുംവീണ്ടും ചേക്കേറാവുന്ന
ഒരു കൂടായ് തീർന്നിരിക്കുന്നു
എന്റെ രക്തയോട്ടങ്ങളിൽ
ഇപ്പോൾ നിന്റെ സ്വപ്നങ്ങളുടെ നിറവ്
എന്റെ മാംസത്തിന്റെ ശൈത്യശൃംഗങ്ങളിൽ
നീ വേനൽസൂര്യന്റെ പ്രഭാവമാകുന്നു

എന്റെ വിളക്കിലെ തിരികൾ നിന്റെ മിഴികളാണ്
അവയ്ക്ക് എണ്ണ പകരുന്നത് നക്ഷത്രങ്ങളുടെ സ്വപ്നങ്ങളാണ്
നീയറിയാതെ നിന്നെ സ്നേഹിച്ച ഇടയച്ചെറുക്കനാണ് ഞാൻ
വനദേവതേ,
നിന്റെ പാട്ടെനിക്കെന്നേക്കാൾ പ്രിയം

വേദനയിൽ വെന്തെരിയുന്ന ഒരു ഹൃദയം നീ എനിക്ക് തന്നു
പകരം ഞാൻ നിനക്ക് തന്നത് ഒരു തകർന്ന മുളങ്കുഴലും
അതിങ്ങനെ പാടുന്നു-
'ജീവിതം അതിന്റെ നഷ്ടങ്ങളുടെ
കെടുതികളിൽ പോലും അനശ്വരമായ് ഉടരും
മാനസം അതിന്റെ മാഞ്ഞുപോകുന്ന
വർണ്ണങ്ങളിൽപ്പോലും അനുഗ്രഹീതമാകും'

പ്രണയം ഉള്ളിലിരിക്കുമ്പോൾ ഹൃദയം ഒരു കനൽക്കട്ടയാകുന്നു
എന്തൊരു വിങ്ങലാണ് ആ ചെറിയ മാംസക്കഷ്ണം അനുഭവിക്കുന്നത്
വേദന പകരുന്ന ഒരാനന്ദത്തിന്റെ ഉന്നതശൃംഗത്തിലാണ്
ഞാൻ എല്ലായ്പ്പോഴും നിന്നെയോർത്തു പാടുന്നത്
ഈ വിജനതയിൽ, ഈ നശിച്ച ഏകാന്തതയിൽ
ഞാനുരുകുകയാണ്
തീർച്ചയായും എനിക്ക് നിന്നെ ആവശ്യമായ്ത്തീർന്നിരിക്കുന്നു
വായു പോലെ, വെള്ളം പോലെ, അന്നം പോലെ
എന്റെ ശരീരം നിന്നെ കാത്തിരിക്കുന്നു
എന്റെ ഹൃദയത്തിന്റ ഭിത്തിയിൽ നോക്കൂ,
നിന്റെ ചിത്രങ്ങൾ മാത്രം

സ്വയം വഞ്ചിക്കപ്പെടാൻ മാത്രമായ് സങ്കല്പങ്ങൾ
എഴുത്തുമേശയിലേക്കു വന്നെത്തുന്ന രാത്രികളിൽ
കൂടെയിരുന്നൊരിഷ്ടഗാനം പാടി മയക്കം കെടുത്തുവാൻ
ഇന്നുമെനിക്ക് നിന്റെ ഓർമ്മകൾ മാത്രമേ കൂട്ടിനുള്ളൂ

ഈ അക്ഷരങ്ങൾക്കുള്ളിൽ ഒരാത്മാവുണ്ട്
അത് ഒരു പെണ്ണിന്റെ ദേഹം ആഗ്രഹിക്കുന്നു
അവളുടെ മൗനം പളുങ്കുസമം
ഹൃദയം സ്ഫടികതുല്യം
അവളുടെ വിയർപ്പുമണികൾ കനകം പൊഴിക്കുന്നു
അവളുടെ പ്രഭാകടീരത്തിൽ
ഞാൻ നൃത്തമാടുന്ന ഒരു നിഴൽരൂപം മാത്രം

എല്ലാ ആകാശങ്ങൾക്കും വേണ്ടിയുള്ള വിലാപം

ഞാൻ സ്വയമെരിഞ്ഞു നില്ക്കുന്ന ഒരു പൂമരമാണ്
എന്റെ ശാഖകൾ, ഭ്രാന്ത് പിടിച്ച പ്രണയങ്ങളുടെ
തകർന്നടിഞ്ഞ സ്വപ്നങ്ങളാണ്
എന്നിൽ പൂക്കുന്ന അഗ്നിപുഷ്ഷങ്ങൾ
നാളെകളിൽ കരഞ്ഞുതീരാൻ മാത്രം ജനിക്കുന്ന
മോഹഭംഗങ്ങളുടെ മൃതദേഹത്തിൽ ചാർത്താനാണ്
ജീവിതം ഒരു മരമെങ്കിൽ, പ്രണയം അതിലൊരു കൂടെങ്കിൽ,
പിന്നെ നാമെന്തിനമാന്തിക്കണം?
വെറും പക്ഷികൾ!

ലോകമെല്ലാം അറിഞ്ഞുകഴിഞ്ഞു
ഞാനും നീയും സ്നേഹത്തിലാണെന്ന്
ആകാശം, സമുദ്രം, മരങ്ങൾ, കിളികൾ
ഒക്കെയും നമ്മെ നോക്കി ഗൂഢമായി ചിരിക്കുന്ന
നമ്മുടെ ഹൃദയരഹസ്യം ഇതാ പരസ്യമായിരിക്കുന്ന
അത് കാറ്റകൾ കവർന്നെടുത്ത്
കൊടുങ്കാറ്റകൾക്ക് ദാനം കൊടുക്കുന്ന

നോക്കൂ, ഞാൻ നിന്നെ ആരാധിച്ചുകൊണ്ടിരിക്കുന്ന
എന്റെ ഹൃദയം ഇടിഞ്ഞുപൊളിഞ്ഞ
ഒരു ദേവാലയം തന്നെ
നിന്നെക്കുറിച്ചുള്ള സ്വപ്നങ്ങളാണ് അവിടെ പ്രാർത്ഥനകൾ

  പ്രണയത്തിന്റെ പരമാനന്ദഗീതം

നിന്റെ ഓർമ്മകളാണ് മന്ത്രങ്ങൾ
ധ്യാനരൂപമായ് നീയെന്റെ ഹൃദയപത്മത്തിൽ നൃത്തമാടുന്നു
നിന്റെ മിഴി തുറക്കാൻ കാലങ്ങളായ് ഞാൻ കാത്തിരിക്കുന്നു

എന്റെ എണ്ണമില്ലാത്ത അലച്ചിലുകൾ
നിന്നിലേക്കുള്ള യാത്രയിലാണ്.
എന്റെ മുന്നേറ്റം
നിന്റെ വിസ്തൃതമായ സമതലങ്ങളിൽ ഹരിതം വിളയിക്കുന്നു
നിന്റെ ഓരോ അണുവിലും
എന്റെ രക്തനക്ഷത്രങ്ങൾ പൊട്ടിത്തെറിക്കുന്നു
നിന്നിലേക്കെത്താൻ എനിക്ക് വേഗമോ കാലമോ ആവശ്യമില്ല
നീ എന്നിലായിരിക്കുന്നു
ഞാൻ നിന്നിലും

ഹോ! ഞാനൊരു ഭ്രാന്തനായിരിക്കുന്നതിനു പകരം
ഒരു ചിത്രകാരനായിരുന്നെങ്കിൽ!
നിന്റെ ചിത്രങ്ങൾ മാത്രം വരച്ച്
ഞാൻ അവയ്ക്കരുകിൽ തളർന്നുറങ്ങിയേനേ
ഹോ! ഞാനൊരു കോമാളിയായിരിക്കുന്നതിന് പകരം
ഒരു ഗായകനായിരുന്നെങ്കിൽ!
നിന്നെക്കുറിച്ചുള്ള ഗാനങ്ങൾ പാടിപ്പാടി
ഞാൻ, എന്നെ മറക്കുന്ന ഒരു സ്വപ്നമായിത്തീർന്നേനെ

ഞാൻ എല്ലാ ആകാശങ്ങൾക്കും വേണ്ടിയുള്ള വിലാപമാകുന്നു
എന്റെ ഹൃദയം ഒരു കിളിക്കൂട് പോലെ ചുരുങ്ങിക്കൂടുന്നു
അതിൽ ഏതോ കിളിക്ക് വേണ്ടിയുള്ള
അനന്തമായ കാത്തിരിപ്പ് ഉറങ്ങാതിരിക്കുന്നു

വരിക പ്രണയത്തിന്റെ കന്യകേ, എന്റെ ജീവിതത്തിലേക്ക്

നിലാവിനെ ഞാൻ സ്നേഹിക്കുന്ന
രാവിനെ- നെറികെട്ട ഈ നിമിഷത്തെ
തലതെറിച്ച ഈ ചൈതന്യത്തെ
നിന്നോടുള്ള അവിശ്വസ്തമായ പ്രണയത്തെ
ഈ നരച്ച പ്രാപഞ്ചിക ശൂന്യതയെ ഞാൻ സ്നേഹിക്കുന്നു.
ഞാനൊരു പാപിയാണ്
ഞാനെന്റെ പാപത്തെ സ്നേഹിക്കുന്നു
ഞാൻ ഒരു സ്വപ്നമാണ്
ഇനിയും എത്തിച്ചേരാനാകാത്ത ലോകങ്ങളെ
മുൻകൂട്ടിത്തന്നെ ഞാൻ സ്നേഹിക്കുന്നു
എനിക്കാരോടും വെറുപ്പില്ല
അതിനാൽ വെറുപ്പിനോടുമെനിക്ക്
നിസ്തുലമായ സ്നേഹബന്ധമുണ്ട്
ഞാനെപ്പോഴും ചിരിക്കുന്നു
ഞാനൊരു ഭ്രാന്തനാണ്
പുഞ്ചിരി പൊട്ടിച്ചിരിയാകാതിരിക്കാൻ
വളരെയധികം ഞാൻ പാടുപെടുന്നു
എന്തെന്നാൽ ഞാനൊരു ശാന്തിപ്രിയനത്രേ
പുഞ്ചിരി ഒരു സമാധാന ഉടമ്പടിയാകുന്നു!
പൊട്ടിച്ചിരിയാകട്ടെ ഒരു യുദ്ധകാഹളവും!!

ഇനി നിന്നെ ഞാൻ കാണുമ്പോൾ
ഞാനെന്റെ കണ്ണുകൾ പൊത്തിനില്ക്കും
നിന്നെ അഭിമുഖീകരിക്കാനാകാത്ത വിധം
അത്രമേൽ സങ്കല്പങ്ങൾ,
നിന്നെക്കുറിച്ച് ഞാൻ നെയ്തുകൂട്ടിയിട്ടുണ്ട്
ഉന്മാദത്തിന്റെ അങ്ങേത്തലയ്ക്കൽ നിന്ന് നിന്നെ
ഞാനെന്റെ ജീവിതത്തിലേക്ക് ക്ഷണിക്കുന്നു
വരിക- പ്രണയത്തിന്റെ കന്യകേ,
എന്റെ കവിതയിലേക്ക്, എന്റെ ജീവിതത്തിലേക്ക്
സ്വപ്നങ്ങളിലേക്ക്!
പിന്നെ മരണത്തിലേക്കും!!

സ്നേഹത്തിന്റെ രക്തകോശങ്ങൾ

നീപ്രണയ സർവ്വകലാശാലയിലെ മേധാവി
ഞാനോ നിന്റെ ശിക്ഷണത്തിൽ
പ്രണയം പഠിക്കാനും അനുഭവിക്കാനുമാഗ്രഹിക്കുന്ന
ഒരു ഭിക്ഷാംദേഹി
ഒരു ഹൃദയമുണ്ട് എന്നതുമാത്രമാണ യോഗ്യത
അതു ചില പാട്ടുകൾ പാടാറുണ്ട്-
സ്നേഹത്തിന്റെ, വേദനയുടെ.
അവ പലപ്പോഴും വിലാപമായിപ്പോകാറുണ്ട്.
എന്റെ ഓരോ മൊഴിയിലും ഓരോ തേങ്ങലൊളിച്ചിരിപ്പുണ്ട്
ഒരിക്കൽ നീയതു തിരിച്ചറിയുമെന്ന പ്രതീക്ഷയിൽ
ഞാൻ നിരന്തരം നിന്നിലേക്കു തുഴയുന്നു
എന്റെ ഹൃദയം നിറയെ
സ്നേഹത്തിന്റെ രക്തകോശങ്ങൾ നിറഞ്ഞിരിക്കുന്നു
സ്വീകരിക്കാൻ ഒരു മനസ്സുമായ് നീ നില്ലുമെങ്കിൽ
ഈ ജന്മം സ്വാർത്ഥകം.

എന്റെ നല്ല കവിതകൾ നിന്നെക്കുറിച്ച മാത്രമുള്ളതാകുന്നു
എന്റെ മോശം കവിതകൾ എന്നെ വെളിപ്പെടുത്തുന്നു
നീ അകലെ നിന്നപ്പോൾ നിന്നെ ഞാൻ സ്നേഹിച്ചു
സ്വന്തമാക്കാനാഗ്രഹിച്ചു
നീ അരികിൽ വന്നപ്പോൾ നിന്നെ ഞാൻ വെറുത്തു
ഒഴിഞ്ഞുപോകുവാനാഗ്രഹിച്ചു

അത്തരമൊന്നായിരുന്നു എന്റെ ആദർശപ്രേമം
ഞാനിപ്പോൾ എന്നെയും സ്നേഹിച്ചു തുടങ്ങുന്നു-
തികച്ചും ആദർശാത്മകമായിത്തന്നെ!

ഒരു നോട്ടത്തിനും ചുംബനത്തിനുമിടയിൽ
നമ്മുടെ ശോഷിച്ച പ്രണയത്തെ ആരാണ് ഊക്കിലേറ്റിയത്?
ഞാനോ? നിന്റെ നിലയ്ക്കാത്ത ശാഠ്യങ്ങളോ?
എന്നോ എരിഞ്ഞടങ്ങിയ മെഴുതിരി മാത്രമായ ജീവിതത്തിൽ
പതുങ്ങിയ കാലൊച്ചകളോടെ വന്ന് ഹൃദയത്തിലൊരു
പന്തം കൊളുത്തി കടന്നുപോയതാരാണ്?
നീയോ? എന്റെ നശിച്ച സ്വപ്നങ്ങളോ?

വിഷാദങ്ങളുടെ മധുരസ്മൃതിയിൽ
സ്പന്ദനങ്ങളുടെ മണിമെത്തയിൽ
രോമാഞ്ചങ്ങളുടെ വിരൽ തഴുകി
മൗനങ്ങൾ വെന്തുരുകിയപ്പോൾ
പാതിവെന്ത രതിമൂർച്ചയുമായി പറന്നുപോയതാരാണ്
ഞാനോ? നിന്റെ മതിവരാത്ത മോഹങ്ങളോ?

നിറങ്ങളുടെ ലഹരിയിൽ നിഴലുകളുടെ മൽപ്പിടുത്തത്തിൽ
വാക്കുകൾ നഷ്ടപ്പെട്ട കവിതയ്ക്കും
ഈണം മറന്നുപോയ പാട്ടിനുമിടയിൽ
നമ്മുടെ പ്രണയജീവിതത്തെ ഒറ്റ കൊട്ടത്താരാണ്
നീയോ? എന്റെ അമിതമായ ഉത്കണ്ഠകളോ?

ഗാഢമായ് തന്നെ
നീ ചുംബിക്ക

ഞാൻ വാക്ക് മറന്ന അർത്ഥമാകുന്നു
നീ അർത്ഥരഹിതമായൊരു വാക്കും
ഞാൻ മൂല്യരാഹിത്യത്തിൽ മൂല്യം തിരയുന്ന മൂഢൻ
നീ സ്വപ്നങ്ങളിൽ സ്വർണ്ണം വിളയിക്കുന്ന ദേവനർത്തകി
നിനക്കറിയില്ല-
മണ്ണിൽ ഒരു മനുഷ്യന്റെ പൊല്ലാപ്പുകൾ.
നിനക്ക് സ്നേഹിക്കാം, ഭോഗിക്കാം, വിരഹിക്കാം
പക്ഷേ കരയുന്നത് എന്റെ ഹൃദയം മാത്രമായിരിക്കും
സത്യത്തിന് ആത്മഗതം ചെയ്യാൻ വേണ്ടിയായിരിക്കില്ല നിന്റെ നാവ്
അതു പ്രലോഭനത്തിന്റെ മന്ത്രങ്ങളെ
ഗൂഢമായി പാർപ്പിക്കുന്നുണ്ടാവാം
ഒരിക്കലും ധാർമ്മികതയ്ക്ക് വേണ്ടി വാദിക്കുന്നവയല്ല
നിന്റെ യൗവനത്തിന്റെ മാൻകുട്ടികൾ
അവ കുപ്പം കൊട്ടുക്കുന്നത് സൗന്ദര്യത്തിനു മാത്രമാണ്
തിരസ്ക്കരിക്കപ്പെട്ടതെങ്കിലും
ജീവിച്ചുതീരാത്ത ഒരു ജീവിതത്തിന്റെ പേരിൽ
നിന്നോടു മാപ്പുചോദിക്കുന്നു ഞാൻ

മരിക്കുംവരെ മാത്രമേ
നിന്നെ എനിക്ക് സ്നേഹിക്കാനാകൂ എന്ന പിഴച്ച ചിന്ത
എന്നെ ഭയചകിതനാക്കുന്നു
ഒരിക്കൽ മരണം പോലെ നിന്റെ ജീവിതത്തിലേക്ക്

 പ്രണയത്തിന്റെ പരമാനന്ദഗീതം

കടന്നുവന്നവനാണ് ഞാൻ
മറ്റൊരിക്കൽ ഒരു വ്യർത്ഥജീവിതത്തിനു വേണ്ടി
നിന്നെ നിന്നിലുപേക്ഷിച്ച്
ഞാൻ ഈ ശ്മശാനത്തിലേക്ക് തന്നെ മടങ്ങി
എനിക്ക് ഓർക്കാനാകും-
നെല്ലിമരങ്ങൾക്കിടയിൽ
വെയിലിന്റെ വിളറിയ നഗ്നതയിൽ
വർണ്ണോജ്ജ്വലയായ് നീ!
എനിക്ക് മറക്കാനാകും-
അസ്ഥികൾ പൂക്കുമ്പോൾ
മാംസത്തുണ്ടുകൾക്കിടയിൽ
നിരന്തരം നിലവിളിക്കുന്ന നിന്റെ മുഖം!

എന്റെ വെളിപാട് പുസ്തകത്തിൽ
നീയെനിക്ക് പ്രിയപ്പെട്ടൊരു വചനം
എന്റെ സൗവർണ്ണ സ്വപ്നത്തിൽ
എന്നും ജ്വലനപ്പെട്ടൊന്നൊരു മേഘം
ഹേ സ്ത്രീയേ,
ജീവിതത്തിന്റെ അപരഗീതമേ
നിന്റെ ചുണ്ടുകൾ എന്റെ മുറിവുകളാണ്
നീ ചിരിക്കുമ്പോൾ
എനിക്ക് വേദനിക്കുന്നത് അതിനാലത്രേ!

ഗാഢമായ് തന്നെ നീ ചുംബിക്ക!
ആഴത്തിലാണെന്റെ മുറിവുകൾ!!

അനുഭ്രതിയുടെ
സർപ്പതാളങ്ങൾ

അ
ത്രുമേൽ പ്രണയാർദ്രമായ ഒരു സ്വപ്നത്തിന്റെ
കരയിലിരിപ്പാണ് ഞാൻ
നിന്റെ ആനന്ദത്തിന്റെ കല്ലോലമാലകൾ
എന്റെ പാദങ്ങൾ വന്നു മുത്തുന്നു
നിന്റെ സ്നേഹത്തിന്റെ താമരത്തുമ്പികൾ
ചുറ്റും പറന്നുപാട്ടുന്നു
എന്നെ ഞാനായ് മാറ്റുന്നൊരുണ്മയിൽ
ജീവന്റെ സ്പന്ദനം പോലെ
നീ ചാരെ നില്ലുന്നു

നിന്റെ പ്രാണന്റെ താഴ്‌വരയാകെ
നഗ്നമായ് നൃത്തംചെയ്യുകയാണെന്റെ
പ്രണയത്തിന്റെ പൂമരം
നിന്റെയഴകിന്റെ മലമുടികളിൽ
ഇനി, എന്റെ വികാരത്തിന്റെ ചെമ്മരിയാട്ടകൾ
യഥേഷ്ടം മേഞ്ഞുനടക്കും
അവയുടെ മണികിലുക്കം
ശരത്ക്കാലത്തും വസന്തകാലത്തും
ആയിരം മുഴക്കങ്ങളോടെ നിന്റെ കാതിൽ മുഴങ്ങും
നിന്റെ മഞ്ഞിന്റെ കുടീരങ്ങളിൽ
എന്റെ ആസക്തികൾ അഗ്നിമഴ പൊഴിക്കും
നിന്റെ അനുഭ്രതിയുടെ മാളങ്ങളിൽ

എന്റെ ദാഹം സർപ്പതാളമാക്കും
നിന്റെ മാംസഗോപുരത്തിൽ
ഞാൻ തിളങ്ങുന്ന പൗർണ്ണമിയാകും
നിന്റെ പ്രണയത്തിന്റെ ചില്ലകളിൽ
ഒരു നിഴൽച്ചിലന്തിയായ് ഞാൻ വലകെട്ടും
ഒരിക്കലും പിടിതരാത്ത നിന്റെ ഞരമ്പുകളെ
എന്റെ ചലനങ്ങൾ
അവയുടെ ഉത്സവങ്ങളിലേക്ക് ദത്തെടുക്കും

നിന്റെ മന്ദഹാസങ്ങളിൽ
ഞാൻ മയങ്ങിക്കിടക്കുന്ന പുലരികളിൽ
സൂര്യൻ പ്രദക്ഷിണം മറക്കും
സർപ്പിളമായ നിന്റെ സ്നേഹത്തിന്റെ നൃത്തമണ്ഡപം
എനിക്കായ് തുടിക്കുമ്പോഴെല്ലാം
നിനക്കായ് വിറകൊള്ളുന്നൊരു മാംസച്ചീള്
എന്നെ ചലിക്കുന്ന നക്ഷത്രമാക്കും
നിന്റെ മിഴികളിൽ മുത്തി സമാധാനത്തിന്റെ പുലരികൾ
എന്നെ വിളിച്ചുണർത്തുമ്പോഴെല്ലാം
ഒരു റോസാദളമോ അല്ലെങ്കിൽ നിന്റെ മുഖം തന്നെയോ നീട്ടി
നീ എന്നെ, പ്രണയത്തിലേക്ക് ദത്തെടുക്കുന്നു

പകലുകളെല്ലാം നിന്റെ ഓർമ്മ ഭക്ഷിച്ച് തൃപ്തരാകുന്നു
സന്ധ്യകൾ നിന്റെയീണങ്ങളോർത്തിരിക്കുന്നു
ഒടുവിൽ നിന്റെ ഔദാര്യത്തിന്റെ മൗനത്തിൽ
നോവുകൾ യാത്ര തുടരുമ്പോൾ
സഖീ, ഈ രാത്രി പൂർണ്ണമാകുന്നു!
നാം പ്രേമബദ്ധരാകുന്നു!!

മിഴികളെ പേറുന്ന
ആ മുഖം

നിന്നെ ഞാൻ ഓർത്തിരിക്കുന്ന
നിലാവിൽ
നിൻ മുഖം മാത്രം
വികാരത്തിന്റെ തീ കൊളുത്തുന്ന
മറ്റ് ഇന്ദ്രിയങ്ങളൊന്നുമല്ല
വിശപ്പിന്റെ കനൽ കെടാതെ കാക്കുന്ന
നിന്റെ മിഴികളെ പേറുന്ന
ആ മുഖം മാത്രം

ആ മുഖത്തിന്റെ താഴേച്ചെരുവിൽ
നീ, എനിക്കുവേണ്ടി ഉരുക്കഴിക്കുന്ന
സ്നേഹപൂർണ്ണമായ വാക്കുകൾ
മുളപൊട്ടുന്ന വായ
അവയ്ക്ക് അതിരിട്ടന്ന
ഉമിനീരോട്ടമുള്ള അധരങ്ങൾ
രസവാഹിനിയായ നാവിനെ
പൊതിഞ്ഞു സൂക്ഷിക്കുന്ന
നിരയൊത്ത പല്ലുകൾ
കാർനിരവന്നമ്മവയ്യന്നുവെങ്കില്ും
ശോണിമ മാറാത്ത കവിളുകൾ
സ്നിഗ്ധമാം നെറ്റിത്തടം

     പ്രണയത്തിന്റെ പരമാനന്ദഗീതം

നീ സംസാരിക്കുമ്പോൾ
അതിന്റെ താളത്തിലാണ് ഞാൻ
നീ ചലിക്കുമ്പോൾ
ആ ഒഴുക്കിൽ
കാല്പനികമായ ഭാവനകളില്ലാതെ
തികച്ചും യാഥാർത്ഥ്യപൂർണ്ണമായ്
നിന്നെ, ഞാൻ നോക്കിനില്ക്കുന്നു
തികച്ചും യാഥാർത്ഥ്യപൂർണ്ണമാകണം
നിന്റെ നേർക്കുള്ള എന്റെ നോട്ടം
എന്ന നിർബന്ധത്തിൽ
നിന്നെ ഞാൻ നോക്കി നില്ക്കുമ്പോൾ
എന്റെ അടുത്ത്
മറ്റൊരു സങ്കല്പം പോലെ
നീ വന്നു നില്ക്കുന്നു
ഈ നില്പെങ്കിലും യാഥാർത്ഥ്യമാകണേ
എന്ന ആഗ്രഹത്തിൽ പനിച്ച്!
തനിച്ച്!!

സ്നേഹം ഒരു മുന്നുപാധിയും വെക്കുന്നില്ല

പ്രണയമേ
നിന്നെ കാണാത്ത പുലരികൾ പുലരികളേയല്ല
നിന്റെ വരവിൽ വഴികളിലെമ്പാട്ടും വസന്തം നൃത്തമാടുന്നു
വാനിൽ, ശുഭ്രവെളിച്ചത്തിന്റെ തരികൾ ഗാനാലാപം ചെയ്യുന്നു
നിന്റെ മിഴികളിൽ സൗവർണ്ണമയൂരങ്ങളുടെ പ്രവാഹം
നിന്റെ ചൊടികളിൽ ആയിരം തേൻപഴങ്ങളുടെ രസന
നിന്നിൽ നിന്നു പ്രസരിക്കുന്നു-
സ്വർഗ്ഗസുഗന്ധം.
നിന്റെ വിരലുകളിൽ
എൻ വിരൽ ചേരുമ്പോൾ
ഉണരുന്നു സ്വപ്നമന്ദാരം!

വേദനകളിൽ നിന്ന്
വികാരങ്ങളെ, ആനന്ദത്തിലേക്ക് ദത്തെടുക്കുന്ന
പ്രണയവനിക പ്രസരിപ്പിക്കുന്ന
ദിവ്യോത്സവത്തിന്റെ ചിറകാണ് നീ
നിന്നിൽ നിമിഷങ്ങൾ യുഗങ്ങളായ് മാറുന്നു
വിരസങ്ങളായ ദിനങ്ങളെ ഒരൊറ്റ മന്ദഹാസത്തിനാൽ
നീ സ്നേഹാർദ്രമാക്കുന്നു

നീയെനിക്ക് സ്വപ്നങ്ങളുടെ തുടർച്ചയും
ജീവിതത്തിന്റെ പ്രഫുല്ലനവുമാകുന്നു

നിന്റെ സാന്നിദ്ധ്യമെന്നെ ഉന്മാദത്തിന്റെ പൂമരമാക്കുന്നു
നിന്നെയോർക്കുമ്പോഴെല്ലാം എന്റെ രക്തകോശങ്ങളിൽ
ഒരു നക്ഷത്രം ഒഴുകിനടക്കുന്നു
നിന്റെ ചുംബനത്താൽ അതു കൂടുതൽ പ്രോജ്ജ്വലിക്കുന്നു

നിലാവിൽ ഞാൻ ഓർക്കുന്നത്
പകൽവെളിച്ചത്തിൽ നീ പകർന്ന പുഞ്ചിരികളെ.
രാവിരുട്ടിൽ ഞാൻ പ്രണയുന്നത്
നീ എനിക്കൊരിക്കലും പകരാതെ പോയ ആലിംഗനങ്ങളെ.
നിന്റെ മൗനം
എന്നെ നിത്യതയുടെ ആരാധകനാക്കുന്നു
വിശുദ്ധമായൊരു നോട്ടത്താൽ
നിശ്ശബ്ദതയെ നീ ഗാനമാക്കുന്നു
ഇരുളിൽ
വെളിച്ചത്തിന്റെ നടനം തന്നെ നീ!
വെയിലിൽ
വിടരുന്ന ഇടവപ്പാതിയുടെ ഹൃദയം!!

ഒരു മരത്തിന്റെ ഭാഗങ്ങളെങ്കിലും
ദൂരങ്ങളിൽ നിന്നു മാത്രം സ്നേഹിക്കാൻ വിധിക്കപ്പെട്ട
വേരും ഇലയും പോലെ
നീയും ഞാനും
ഒരേ നഷ്ടപ്രണയത്തിന്റെ ഇരകൾ!
ഞാൻ നിന്നെ സ്നേഹിക്കും പോലെ
ഞാൻ നിന്നെയോർക്കും പോലെ
ഒരിക്കലും, നീ എന്നെ സ്നേഹിക്കണമെന്നോ
ഓർക്കണമെന്നോ ഞാൻ ആവശ്യപ്പെടുന്നില്ല
സ്നേഹം ഒരു മുന്നുപാധിയും വെക്കുന്നില്ല
സ്നേഹിക്കലാകുന്നു അതിന്റെ മാർഗ്ഗം
സ്നേഹിക്കൽ തന്നെ ലക്ഷ്യവും
അത് ഇണയുടെ ദർശനത്തിൽ പുഷ്പിക്കുന്നു!
പുഷ്പിക്കലിൽ നൃത്തമാടുന്നു!!

നിന്റെ ചുണ്ടുകളിൽ വാക്കുകൾ കൊരുത്ത്
എന്റെ ചുണ്ടുകൾ കിനാവു കാണുമ്പോൾ
ലോകം നമ്മൾ മാത്രമുള്ള ഒരിടമായ് മാറുന്നു

ഒന്നും പറയാതെ നീ പിരിയുമ്പോൾ
ലോകം എന്റെ ഏകാന്തതയാൽ നിറയുന്ന
ഒടുവിൽ, ഇഹത്തിൽ നിന്ന് പരത്തിലേക്ക്
പ്രാണൻ പിരിയുമ്പോൾ
സൂക്ഷ്മരൂപത്തിൽ അത് കരുതുന്ന ശേഷിപ്പുകളിൽ,
സമ്പാദ്യമെന്ന് അത് കരുതുന്ന ഉച്ഛതകളിൽ
തീർച്ചയായും നിന്റെ പ്രണയാർദ്രചേതനയുടെ
വിധുരമായ ഓർമ്മയുണ്ടാകും
അതത്രേ നിന്നോടുള്ള എന്റെ സ്നേഹത്തിന്റെ
കരുതൽ, ഉറപ്പ്, അനിവാര്യത!
അത്ര മാത്രമത്രേ, നിന്നെ പ്രണയിച്ചുകൊണ്ടേയിരിക്കാൻ
എനിക്കുള്ള അർഹത, അവകാശം!

     പ്രണയത്തിന്റെ പരമാനന്ദഗീതം

സ്വയം വേർപെട്ട
ഉണ്മയുടെ കപോതപുഷ്പങ്ങൾ

പ്രിയേ,
പ്രകാശത്തെ ഗർഭം ധരിച്ച
പ്രവചനാതീത സ്വപ്നം!
അതാകുന്നു നമ്മുടെ ജീവിതം!!
അമരാഭയെ പുണരുന്ന അതിന്റെ തലപ്പുകളിൽ
വസന്തം നക്ഷത്രങ്ങളെ പെറ്റുകൂട്ടുന്ന
സമരസപ്പെടാത്ത അതിന്റെ ദൈനംദിനങ്ങളിൽ
പ്രാർത്ഥനകൾ അറ്റുപോകുന്നു

തെരുവുതോറും നമ്മുടെ ജീവിതം
ഏന്തിവലിഞ്ഞു നടക്കുന്ന
വിശക്കുന്ന സ്വപ്നങ്ങളിൽ നിന്ന്
നാം നാളെയുടെ പാട്ടിനെ ഉയിർപ്പിക്കുന്നു
മുഴമിക്കാത്ത അത്താഴങ്ങളിൽ നിന്ന്
ദാരിദ്ര്യം മറക്കുന്ന സൂര്യനെയും

ഇവിടെ നൃത്തമാടുന്ന അഗ്നിപുഷ്പങ്ങൾക്കു നടുവിൽ
നാം നമ്മുടെ ഓർമ്മയുടെ അരയന്നത്തെ ലാളിക്കുന്ന
വിഷലിപ്തമായ സൗഹാർദ്ദങ്ങളുടെ തിരസ്കാരങ്ങളിൽ നിന്ന്
വിയർപ്പിന്റെ നിതാന്തമായ ജാഗ്രതയറിയുന്ന
തോറ്റുപോയവരുടെ മന്ദഹാസങ്ങളെ പിഴതെടുക്കുന്ന
വിലാപം പോലെയുള്ള ഒരു സന്ധ്യ

നമ്മെയും തേടിയെത്തുമെന്ന അഭിശപ്തമായ ഭീതിയിൽ
ഒരു ദുഃഖത്തെ താലോലിക്കുന്ന
അല്പമാനസർ തന്നെ നാം
ഇപ്പോഴും.
എങ്കിലും
കരിഞ്ഞ ഫലവൃക്ഷങ്ങൾക്കിടയിൽ
ഒരു പുൽനാമ്പിന്റെ ജൈവികത നാം സ്വപ്നം കാണുന്നു
അനന്തമായ കാലത്തിന്റെ കരവല്ലിയിൽ നിന്ന്
വിശുദ്ധിയുടെ ഒരു റോസാദളം ആഗ്രഹിക്കുന്നു

പ്രിയേ
ഇതാകുന്നു ജീവിതം
അടരുമ്പോഴും തുടിക്കുന്ന പുഞ്ചിരി!
തളരുമ്പോഴും കുതിക്കുന്ന കാമന!!

കുടിലഹസ്തങ്ങളുടെ പരിലാളനകൾക്കപ്പുറം
പുലരികളുടെ മൃദുസ്വപ്നങ്ങൾ മയങ്ങിക്കിടക്കുമ്പോൾ
ഇരമ്പിയാർക്കുന്ന പാളങ്ങൾക്കു നടുവിൽ
സ്വയം വേർപെട്ട ഉണ്മയുടെ കപോതപുഷ്പങ്ങൾ പോലെ
ഒരു കാറ്റിൽ
ഒരു നൊമ്പരത്തിൽ
ചാഞ്ചാടുകയായ് നമ്മുടെ സ്നേഹം

ചതഞ്ഞ പനിനീർദളങ്ങളോടൊപ്പം
രക്തത്തിൽ രക്തമായ്ത്തീർന്ന ശിഥിലവികാരങ്ങൾ
അയവിറക്കിക്കൊണ്ടു നീ യാത്രയായ കാനനങ്ങളിൽ
അലസതയുടെ കരിനാഗങ്ങൾ പാർപ്പുറപ്പിച്ച ഗതകാലങ്ങൾ-
ഹോ! അസുന്ദരതയെ ഗർഭം ധരിച്ച
പഴമയുടെ ദുഷ്ടത
അമർത്യതയെ പരിഗ്രഹിച്ച
പ്രക്ഷാളനങ്ങളുടെ വിശുദ്ധരതി
ഇനി
ഒരോർമ്മ കൊണ്ടുപോലും മുറിവേല്പിക്കാനാകാത്ത വിധം
വെറുപ്പ് നമ്മിൽ ഉയിർത്തുകഴിഞ്ഞിരിക്കുന്നു
അയത്നലളിതമായ് തന്നെ അത്
തന്റെ പ്രവർത്തനം ആരംഭിച്ചുകഴിഞ്ഞിരിക്കുന്നു

          പ്രണയത്തിന്റെ പരമാനന്ദഗീതം

പ്രഭവസ്ഥാനം മറക്കുന്ന ഒരു പ്രവാഹം
അതത്രേ
ഇപ്പോൾ നമ്മുടെ പ്രണയം
വ്യക്തമായ ധാരണകളില്ലാതെ
പൊരുത്തക്കേടുകളുടെ വിള്ളലുകളിലേക്കത്രേ
അതിന്റെ പ്രയാണം
നെടുവീർപ്പിന്റെ ശോണാക്ഷരങ്ങളിൽ
ധൂമവും പൊടിയും നിറയുന്ന ഉച്ചകളിൽ
മരവിപ്പിന്റെ മഞ്ഞിനെ ശിലീഭൂതമായ മൗനങ്ങൾ
ഉള്ളിലേക്കാവാഹിക്കുന്ന നിരാർദ്രമായ ചുംബനങ്ങളിൽ
ഒരു പാട്ടിനും സ്വരഭംഗത്തിനും പകരം
സ്വന്തം ഹൃദയത്തെ പരിത്യജിക്കുന്ന
ആ പരാജിതന്റെ കടിഞ്ഞൂൽ പ്രേതം
നമ്മുടെ നിശകളെ രാത്രിരാമാനം നക്കിത്തുടയ്ക്കുന്ന
പ്രതികാരത്തിൽ നിന്ന് ചിലപ്പോഴൊക്കെ
സമാധാനം പിറക്കും പോലെ
മറ്റുചിലപ്പോൾ
സമാധാനത്തിൽ നിന്നു കലഹവും പിറക്കാറുണ്ട്
അനിശ്ചിതകരമായ ഈ ചുവടുവയ്പിനെ
അധികാരപ്പെടലിന്റെ ആ നശിച്ച ഒച്ചയായ്
നീ കരുതുവോളം
മതിവരാത്ത ഒരാകാംക്ഷയുടെ അസുലഭഗരിമ
നിന്റെ വക്ഷോജങ്ങളെ തഴുകുന്നിടത്തോളം
ഈ വരികളുടെ അസ്പഷ്ടമർമ്മരങ്ങൾക്കിടയിൽ
നാമും നമ്മുടെ പ്രണയവും ഒളിച്ചുപാർക്കും-
കാലം തന്റെ മരണത്തെ സ്ഥലത്തിൽ പേറുവോളം!
സ്ഥലം തന്റെ നിർമ്മര്യാദയെ മരണമെന്ന് വിളിപ്പോളം!!

ഭാഗം രണ്ട്
ഗഗനമേ ഞാൻ പ്രണയമാകുന്നു

പാതിധ്യാനം

പ്രണയം ഒരു പാതിധ്യാനമാണ്
പ്രണയത്തിൽ നിങ്ങൾ ഒരു കണ്ണടയ്ക്കുന്ന
ധ്യാനത്തിൽ രണ്ടും
പ്രണയം ഒരു കണ്ണകൊണ്ട് തൃപ്തിപ്പെടുന്നു
പ്രണയത്തിന്റെ ഒറ്റക്കണ്ണ്
അപരനെ മാത്രം കാണുന്നു
അഹം ഇല്ലാതായിരിക്കുന്നു

ധ്യാനം
കണ്ണുകളുടെ അഭാവത്തിലും തൃപ്തമായിരിക്കുന്ന
അവിടെ അപരന്റെയും തന്റെയും കാഴ്ചകളില്ല
നിറഞ്ഞ ശൂന്യത

ധ്യാനം ഒരിരട്ട പ്രണയമാണ്
പൂർണ്ണബോധം

പ്രണയമേ, എന്നെ ചവിട്ടി നീ താഴ്ത്തുക

എത്ര സജ്ജമാക്കപ്പെട്ട ഭാവനയ്ക്കും
അപ്രാപ്യമാണ് നിന്റെ മേഖലകൾ
എത്ര ശിക്ഷണം നേടിയ ബൗദ്ധികതയ്ക്കും
അപ്പുറമാണ് നിന്റെ ചക്രവാളങ്ങൾ
സ്നേഹത്താല്യതുരമായ ഏത് ഹൃദയത്തിനും
സമീപസ്ഥമാണ് നിന്റെ സ്വർഗ്ഗസമ്പത്തുകൾ
പ്രണയമേ,
എന്നെ ചവിട്ടി നീ താഴ്ത്തുക
തിരസ്കാരത്തിന്റെ കാണാക്കയത്തിലെങ്കിലും
നിന്റെ ദിവ്യമായ പാദസ്പർശം ഞാനൊന്നറിഞ്ഞോട്ടെ

മഴമേഘങ്ങൾക്ക് വെളിപ്പെടുത്താനാകാത്ത ഭാഷയിൽ
നീ കാവ്യങ്ങൾ രചിക്കുന്നു
മാരിവില്ലുകൾക്ക് അന്യമായ വർണ്ണങ്ങളിൽ
നിന്റെ ചിത്രങ്ങൾ പിറക്കുന്നു
ഇടിമിന്നലുകൾക്ക് ആശിക്കാനാകാത്ത തരത്തിൽ
നീ അന്ധകാരത്തെ ആട്ടിയകറ്റുന്നു
നിന്റെ ഹരിതാഭമായ മേച്ചിൽപ്പുറങ്ങളിൽ
അലക്ഷ്യമായി ഇങ്ങനെ അലഞ്ഞുനടക്കുമ്പോൾ
ആനന്ദമെന്തെന്ന് ഞാനറിയുന്നു
വിശപ്പും ദാഹവും വെടിഞ്ഞ്
ഞാൻ നിന്റെ കുടിലിലുറങ്ങുന്നു
ചുണ്ടുകളിൽ നിന്റെ നാമം നിത്യഗാനമായ് ഉടിക്കുന്നു

 പ്രണയത്തിന്റെ പരമാനന്ദഗീതം

മനസ്സിന്റെ മായികവിഭ്രാന്തിയിൽ
നീ വാക്കകളുടെ തോരണങ്ങൾ തൂക്കിയിട്ടന്ന
ഇരുളിന്റെ ഭയാനകതയായ്
രാത്രികളിൽ നീ വന്നു പുണരുന്നു
ഒടുവിൽ പുലരിയുടെ നിറപൊലിയായ്
പെയ്തു സാന്ത്വനിപ്പിക്കുന്നു

ശൂന്യതയുടെ നീലിമ

പ്രണയം
ധ്യാനത്തിലേക്കുള്ള ചവിട്ടുപടിയും
മോക്ഷത്തിന്റെ വാതില്യമാണ്
അഗ്നിയുടെ നാക്ക്
സഫലതയുടെ ദിക്ക്
ആത്മാവിനെ ജിവിതത്തോട് ചേർത്ത് നിർത്തുന്ന
ഏതോ വിശുദ്ധി അതിനുണ്ട്
മനസ്സിനെ മഞ്ഞണിയിപ്പിക്കുന്ന നന്മ
സ്വയം നഗ്നവത്ക്കരിക്കുന്ന ഒരുണ്മ
പ്രണയം ഒരു രോഗമാണ്
രോഗം മാറ്റുന്നതിനുള്ള ഏകമരുന്നും അതുതന്നെ

മൗനത്തിന്റെ മഹാസമുദ്രത്തിനമഗാധത്തിൽ
ശൂന്യതയുടെ നീലിമയുണ്ട്
അത്തരം ഇടങ്ങളിൽ മാത്രമേ
പ്രണയത്തിനു വെളിപ്പെടാനാകുകയുള്ളൂ
അത് ഇന്ദ്രിയങ്ങളെ അതിന്റെ സന്ദേശവാഹകരാക്കുന്ന
വാചാലങ്ങളായ നാല്യ കണ്ണുകൾ
ഈ ഭൂമിയിലെ
ഏറ്റവും വിശിഷ്ടങ്ങളായ വസ്തുക്കളാണ്
അവ കടലോളം രഹസ്യത്തെ
ഒറ്റ നിമിഷത്തിൽ ആവിയാക്കിക്കളയുന്നു

സുവർണ്ണ പദ്ധതിയുടെ രാസസമന്വയം

പ്രണയമേ,
നീ മുയൽക്കൊമ്പ് പോൽ ഉന്നതം!
അഗ്നിപർവ്വതം പോൽ ശാന്തം!
നീ ശബ്ദങ്ങൾക്കുള്ളിലെ ചേതോഹരമായ മൗനം
മലമുകളിലെ ഹിമസൂര്യൻ
നദിയോരത്തെ അശ്വത്ഥം

ഈ കറുത്ത ശിലയും ഈ വെളുത്ത പൂവ്വും
നിന്റെ വിരൽത്തുമ്പുകൾ തന്നെ
അഗ്നിശുദ്ധിയുള്ള വാക്കുകൾ കൊണ്ട്
നീ ഹൃദയങ്ങളെ ലാളിക്കുന്നു
ഈ വിശ്വം നിന്റെ നഗ്നമായ ഉടൽ
എങ്ങുംനിറഞ്ഞുനില്ക്കുന്ന
നിന്റെ നിഷ്ക്കളങ്ക മന്ദഹാസം ഞാൻ കാണുന്നു
നിന്റെ കുഞ്ഞുചുണ്ടുകളുടെ കൊഞ്ചൽ ഞാൻ കേൾക്കുന്നു
എന്റെ സങ്കടം നിന്റേതും
നിന്റെ ആനന്ദം എന്റേതുമായിത്തീരുന്ന
ഒരു സുവർണ്ണ പദ്ധതിയുടെ
രാസസമന്വയത്തിലാണ് ഞാനിപ്പോൾ

നീ നന്മയെടുത്ത് വെയിലത്ത് ചിക്കുമ്പോൾ
എങ്ങും അതിന്റെ പൊടി നിറയുന്നു

നീ തിന്മയെടുത്ത് മഴയത്തൊഴുക്കുമ്പോൾ
എങ്ങും അതിന്റെ ദുർഗന്ധമൊഴുകുന്ന
എങ്കിലും ഒന്നിനെയും നീ തടയുന്നില്ല
ഭാവങ്ങളെ, നിന്റെ ദൂതരെ
നീ എങ്ങും ചിതറിക്കുന്നു
ആകാശങ്ങളിൽ അവർ തങ്ങിനില്ലുന്നു
അവർ അനുയോജ്യരെ കാത്തുനില്ലുന്നു

ഓരോ നിമിഷവും നീ എന്നിലൂടെ കടന്നുപോകുന്നു
ഓരോ നിമിഷവും നീ എന്റെ അനുഭവമായിത്തീരുന്നു
ഒരൊറ്റ ആത്മാവായ് വരൂ,
നമുക്ക് മരണത്തിൽ നിന്ന്
മരണമില്ലായ്മയിലേക്ക് അടിവച്ച് നീങ്ങാം

ഇക്കാണുന്നതെല്ലാം നിന്റെ എഴുതപ്പെട്ട കവിതയിലെ
സുന്ദരമായ അക്ഷരത്തെറ്റുകൾ മാത്രമാകുന്നു
കാണപ്പെടാത്തതോ
എഴുതപ്പെടാത്ത അതിസുന്ദരമായ കവിതയും
ഈ കേൾക്കപ്പെടുന്നവയെല്ലാം നീ പാടിയ പാട്ടിലെ
മനോഹരമായ ശ്രുതിഭേദങ്ങളാണ്
ഇനി കേൾക്കാനിരിക്കുന്ന പാട്ടിലെ ശുദ്ധസ്വരജാലങ്ങളത്രേ
പരമാർത്ഥസത്യങ്ങളെല്ലാം

നീ ചലിച്ചുകൊണ്ടേയിരിക്കുന്നു
നിന്റെ രൂപം നിമിഷംപ്രതി മാറിക്കൊണ്ടിരിക്കുന്നു
അത് ഒരേ സമയം
രൂപാത്മകമായും അരൂപാത്മകമായും മേവുന്നു
നിന്റെ ഭാവം പ്രവചനാതീതം
നിന്റെ ഗുണമോ കടൽത്തിരകൾക്കും പറയാനാകാത്തത്
നീ ഒരേ സമയം
ഗുണമായും നിർഗ്ഗുണമായും വർത്തിക്കുന്നു

നീ പൂക്കളിൽ താമരയും പറവകളിൽ വെള്ളരിപ്രാവും
സൗന്ദര്യങ്ങളിൽ പുഞ്ചിരിയുമാകുന്നു
രാവുകളിൽ ചന്ദ്രികയായും വെളിച്ചങ്ങളിൽ പുലരിയായും
തിളങ്ങുന്ന നീ തന്നെ

	പ്രണയത്തിന്റെ പരമാനന്ദഗീതം

എല്ലാറ്റിന്റെയും ഉള്ളിലെ ഗുണമായ് പരിലസിക്കുന്ന

ഇക്കാണുന്നതെല്ലാം നിന്റെ ശരീരമാകുന്നു
കാണാത്തതോ ശാരീരവും
നീ സത്യമാണ്; അത്രത്തോളം മിഥ്യയും
നീ ശബ്ദമാണ്; ഒപ്പം നിശ്ശബ്ദതയും
നീ പ്രകാശവും ഇരുട്ടമാണ്
നീ എല്ലാമാകുന്നതോടൊപ്പം
എല്ലാറ്റിന്റെയും ഉണ്മയായ ഇല്ലായ്മയുമാണ്

പറുദീസയിലേക്കുള്ള മടക്കയാത്ര

നാം പറുദീസയിലേക്കുള്ള മടക്കയാത്രയിലാണ്
സ്വയം തിരിച്ചറിയപ്പെടാത്തവരുടെ ഇടയിൽ,
അകമേയും പുറമേയും തിരിച്ചറിയപ്പെടാത്ത അന്യരായ് ജീവിക്കാൻ
ഇടവന്ന ഹതഭാഗ്യരായ എന്റെ സഹോദരങ്ങളേ വരൂ!
പ്രണയത്തിന്റെ തണലിടങ്ങളിലേക്ക്!
അവിടെ സ്വർഗ്ഗങ്ങളുടെയോ മാലാഖകളുടെയോ ശല്യങ്ങളില്ലാതെ
നമുക്ക് സൊറ പറഞ്ഞിരിക്കാം
ജീവിതം മിഴിതുറുമ്പിൽ നൃത്തമാടുന്നത് കണ്ട്
നർത്തനം ചെയ്യാം
വരൂ, ഇതു തന്നെ നേരം

പ്രണയം തന്നിൽ നിന്ന് തന്നെയുള്ള
അബോധപൂർവ്വമായ മോചനമാണ്
അത് മറ്റൊന്നിൽ ഒരു ബന്ധനമാകാത്തിടത്തോളം
ആനന്ദത്തിലേക്കുള്ള ഏറ്റവും നല്ല വഴിയാണ്
ജഡങ്ങളിൽ പിടയുന്ന പ്രാണന്റെ വേദനയെ
പൂർണ്ണമായുൾക്കൊള്ളുന്ന ഒരേയൊരു വേദം പ്രണയമാണ്
ആദിയിൽ നിന്ന തുടികൊട്ടുന്ന അതിന്റെ ഉജ്ജ്വലസ്പന്ദനം
ആഴങ്ങൾ തേടുന്ന ഹൃദയങ്ങളെയെല്ലാം ചലിപ്പിക്കുന്ന

ഓരോ പ്രണയവും വെല്ലുവിളിയാണ്
സ്ഥലം എന്ന താത്കാലികതയോട്ടുള്ള
കാലത്തിന്റെ സ്വാഭാവിക പ്രതികരണമാണത്

 പ്രണയത്തിന്റെ പരമാനന്ദഗീതം

ജീവിച്ചിരിക്കുക എന്നതിന്റെ ഏക തെളിവും
നിങ്ങൾക്ക് നിങ്ങളെ നഷ്ടപ്പെട്ടിട്ടില്ല എന്ന ചിന്തിക്കാനുള്ള
ഏക ഉറപ്പുമാണ് അത്
അതിന്റെ വാചാലത
എത്ര മൂകസത്യങ്ങളെയാണ് അടക്കിവയ്ക്കുന്നത്!

മണ്ണിൽ സർവവും പ്രണയത്തിന്റെ ലഹരിയിൽ ജീവിക്കുന്ന
ഓരോ കല്ലും വിസ്മൃതമായ ഏതോ ഓർമ്മകളിൽ
വെറുതെ മയങ്ങിക്കിടക്കുകയല്ല
അനിർവ്വചനീയമായ പ്രണയാനുഭൂതിയിൽ
പരസ്പരം പുണർന്നുകിടക്കുകയാണ്
വാനിലെ മേഘങ്ങളാകട്ടെ ഉദാസീനതയിൽ നിരാർദ്രം
അലഞ്ഞു നടക്കുകയല്ല
പ്രണയത്തിന് മാത്രം സ്വന്തമായ ഭാരമില്ലായ്മയിൽ
ആനന്ദത്തിന്റെ പ്രവാചകജീവിതം കൊണ്ടാടുകയാണ്
ഓരോ കാറ്റകളും
ഇല്ലായ്മകളെക്കുറിച്ച് പരാതിപ്പെട്ട് പാറിപ്പറക്കുകയല്ല
ഇലകളുടെ പ്രണയങ്ങളേറ്റ്
സ്വർഗ്ഗാനുഭവത്തിൽ പുഷ്പിച്ച് പറക്കുകയാണ്

പ്രണയം-
അത് അഗ്നിയുടെ കൂടാരമാകുമ്പോൾത്തന്നെ
മഞ്ഞിന്റെ ശിബിരമാകുന്നു
അത് ഇരുളിന്റെ ഗുഹാമുഖമാകുമ്പോൾത്തന്നെ
പുലരിയുടെ മന്ദഹാസവുമാകുന്നു
പ്രണയിക്കുമ്പോൾ ഒരുവൻ പ്രപഞ്ചത്തിനുള്ളിലാകുന്നു
പ്രപഞ്ചം തന്നെയാകുന്നു
വെറുക്കുമ്പോൾ ഒരുവൻ
എല്ലാ പ്രപഞ്ചങ്ങൾക്കും വെളിയിൽ വരുന്നു
അങ്ങനെ ശൂന്യനാക്കപ്പെടുന്നു

പ്രണയം മധുരമുള്ള ഒരു പാനീയമാണ്
അത് കുടിക്കുന്നവർ ഉന്മത്തരായ്തീരുന്നു
അവർ ജീവിതത്തിന്റെ യാഥാർത്ഥ്യബോധത്തിൽ നിന്നും തെറിച്ച്
സങ്കൽപത്തിന്റെ സ്വർഗ്ഗലോകത്തു ചെന്നണയുന്നു
വിരഹം ഒരു തിരിച്ചുവിളിയാകുന്നു

പഴയ നിലത്തേക്ക് അത് ഏവരെയും ക്ഷണിച്ച വരുത്തുന്ന
ആളുകൾ നരകത്തിൽ വീണപോൽ പകയ്ക്കകയും ചെയ്യുന്ന
എന്തെന്നാൽ വീഴ്ച സ്വർഗ്ഗത്തിൽ നിന്നായിരുന്നല്ലോ!

പ്രണയിക്കുമ്പോൾ
കല്ലുകൾ പുഷ്പങ്ങളാകുന്നു

ഈ പ്രപഞ്ചത്തിലെ ഓരോ നിമിഷവും
പ്രണയിക്കാൻ പ്രേരിപ്പിക്കുന്നു
പ്രണയിക്കുന്ന ഓരോ നിമിഷവും
നാം ജീവിതത്തിന്റെ വിശ്രുദ്ധിയിലേക്ക് ദത്തെടുക്കപ്പെടുന്നു
പ്രണയം ഉമിത്തീയിലുരുകുന്ന മനസ്സിന്റെ മൂകവേദനയാണ്
പ്രണയിക്കുന്നവർ അഗ്നിശിലയ്ക്കു മുകളിലൂടെ
കുളിരിന്റെ കുടവും ചുമന്നുനടക്കുന്നു

പ്രണയം പങ്കിട്ടെടുക്കൽ മാത്രമല്ല
പുനഃസൃഷ്ടി കൂടിയാണ്
പരിപൂർണ്ണമായ സ്വയം നഷ്ടമാകൽ
പ്രണയിക്കുമ്പോൾ, യന്ത്രമെന്ന രീതിയിൽ
അതുവരെ പ്രവർത്തിച്ചുകൊണ്ടിരുന്ന ശരീരം
ഹൃദയമെന്ന ഒരു വസ്തു
തന്റെയുള്ളിലുണ്ടെന്ന് ആദ്യമായി തിരിച്ചറിയും
പ്രണയിക്കും മുമ്പ് അത് പറവകളില്ലാത്ത വൃക്ഷം
പ്രണയശേഷമോ വസന്തത്തിന്റെ നിലയ്ക്കാത്ത ഗാനം

പ്രണയിക്കുമ്പോൾ കല്ലുകൾ പുഷ്പങ്ങളാകുന്നു
പുഷ്പങ്ങൾ ശലഭങ്ങളാകുന്നു
ആക്രമിച്ച് കീഴ്പ്പെടുത്തുക പ്രണയത്തിന്റെ വഴിയല്ല
സ്നേഹത്തോടെ കീഴടങ്ങുക എന്നതിൽ

അതിന്റെ ആജ്ഞാവാക്യമിരിക്കുന്ന
യജമാനനാകാനുള്ള ഒരു സാധ്യതയും പ്രണയം വഹിക്കുന്നില്ല
അത് നിങ്ങളെ അടിമയെപ്പോലെ പണിയെടുപ്പിക്കും
മേലാളനാകാനുള്ള നിങ്ങളുടെ എല്ലാ ശ്രമങ്ങളെയും
അത് നിഷ്ക്കരുണം കരിച്ചുകളയും
തപസ്സിൽ എന്നതിനേക്കാൾ,
പ്രണയത്തിൽ
ഒരാളുടെ അഹംബോധം കൊഴിഞ്ഞുവീഴുന്നു

ജീവിതം തടവറയായ് കരുതുന്നവരുണ്ട്
അതിന്റെ മോടിക്കൂട്ടലുകളൊന്നും
അവർക്ക് സ്വാതന്ത്ര്യമോ ആനന്ദമോ നല്കുകയില്ല
ഒരു കുറ്റവും ചെയ്യാത്ത നിരവധിയാളുകൾ
ജീവിതമെന്ന തടവറയിൽ ഒറ്റപ്പെട്ട്, ദുഃഖപ്പെട്ട് കഴിയുന്നു
സ്നേഹിക്കുക എന്ന രസച്ചരട് നഷ്ടപ്പെട്ട്,
നേടിയെടുക്കുക എന്ന ഹീനവൃത്തിയിലേർപ്പെടുന്ന
ഇത്തരം അജ്ഞാനികൾക്ക് ഇഹലോകം എന്നത്
എല്ലായ്പ്പോഴും പീഢാനുഭവത്തിന്റെ താവളം മാത്രമായിരിക്കും
അവർ തങ്ങളുടെ വിരസങ്ങളായ നിമിഷങ്ങളിൽ
ജാലകത്തിനപ്പുറം കാണുന്ന ഇത്തിരിപ്പോന്ന
ആകാശങ്ങളിലേക്ക് നോക്കി നെടുവീർപ്പിട്ടും
അവർക്ക് ജീവിതമെന്നത്
വറ്റിപ്പോയ ഒരു കൈത്തോട് മാത്രമാണ്
മരണം കാത്തുകിടക്കുന്ന വെറുമൊരു ഏർപ്പാട്

ജീവിക്കാൻ ഒരു വരം

പ്രണയിക്കുമ്പോഴാണ് തനിക്കൊരു ഹൃദയമുണ്ടെന്ന കാര്യം
ഒരുവൻ ആദ്യമായി തിരിച്ചറിയുന്നത്
വിരഹിക്കുമ്പോൾ അവൻ ഇങ്ങനെ അറിയും-
താൻ ഒരു ഹൃദയം മാത്രമാണെന്ന്
ഓരോ മനുഷ്യരും
തന്നിൽ തന്നെ നഷ്ടപ്പെട്ടുന്ന ചില നിമിഷങ്ങളുണ്ട്
അത്തരം നിമിഷങ്ങളിൽ അവർ പ്രണയിക്കുന്നു,
ചുംബിക്കുന്നു, ഒരൊറ്റ ബിന്ദുവിൽ ഒരുമിച്ച് നൃത്തമാടുന്നു

ജീവിതം ഓർമ്മകളുടെ കൂടാണ്
കൂടിന്റെ ഉടമസ്ഥനെങ്കിലും
അതിനുള്ളിലേക്ക് പ്രവേശനം നിഷേധിക്കപ്പെട്ട
പറവയാകുന്ന നിങ്ങൾ
പ്രണയം ഏകാന്തതയുടെ മറ്റൊരു ഭാവമാണ്
അടച്ചിട്ട മുറിയിൽ നിങ്ങൾക്കതിനെ ഒരിക്കലും പുണരാനാകില്ല
വിശാലമായ സാഗരത്തിന്റെ അതിരിൽ,
അനന്തമായ ആകാശത്തിന്റെ ചരിവിൽ ഒക്കെയാണ്
അതിന്റെ വിത്തുകൾ വിതയ്ക്കപ്പെട്ടിട്ടുള്ളത്

അറിയാത്ത ഏതോ വെറുപ്പിന്റെ പേരിലാണ്
നമ്മളൊക്കെ അകലങ്ങളിലാക്കപ്പെട്ടിരിക്കുന്നത്
ഒത്തുപോകാനുള്ള സാഹചര്യങ്ങളെ
ശരിക്കും വിനിയോഗിക്കുമ്പോൾ ഒരുവൻ

പാകത വന്ന ഒരുവനായ് രൂപാന്തരപ്പെട്ടുന്ന
അർത്ഥരഹിതം എന്നുതോന്നുന്ന
നിമിഷങ്ങളെപ്പോലും ഒഴിവാക്കരുത്
അവയെ
പ്രണയാനന്ദത്തിന്റെ അവസരങ്ങളായ് പരിവർത്തിപ്പിക്കുക!

ജീവിക്കാൻ ഒരു വരവും
മരിക്കുവാൻ ഒരു ശാപവും ആവശ്യമാണ്
നിങ്ങൾ എന്താണോ
അതിൽ നിന്നുള്ള വിട്ടുതലാണ് ശരിക്കുള്ള മോക്ഷം
ഒരു ഭ്രാന്തനും ഒരു പ്രണയിയും മാത്രമാണ്
സമ്പൂർണ്ണബദ്ധന്മാർ!

    പ്രണയത്തിന്റെ പരമാനന്ദഗീതം

ആഴങ്ങളിലെ വേരുകൾ

പ്രണയത്തിന്റെ കനൽ സൂക്ഷിക്കുന്ന ഓരോ ഹൃദയവും
കാലാന്തരത്തിൽ ഓരോ സൂര്യനായിത്തീരും
എല്ലാ ലോകങ്ങൾക്കും തിളങ്ങാനുള്ള ഊർജ്ജം
അവയിൽ നിന്ന് പ്രസരിക്കും
മഹത്തായ മാറ്റങ്ങൾക്കായുള്ള കാഹളങ്ങളാണ്
ഓരോ പ്രണയവും
അത് ഒരു പ്രവർത്തനവും പോരാട്ടവുമാണ്
ആഴങ്ങളിലാണതിന്റെ വേരുകൾ
അതിന്റെ ശാഖകളാകട്ടെ അപാരതയിലേക്ക് ചേക്കേറുന്നു

പ്രണയം കെട്ടിക്കിടക്കുമ്പോൾ ഹൃദയം ശ്മശാനമാകുന്നു
അത് സ്വതന്ത്രമാക്കപ്പെടുമ്പോൾ ജീവിതം ഗാനമാകുന്നു
ഒരു കയ്യിൽ ഹൃദയവും മറുകയ്യിൽ വീണയും ചൂടി
വസന്തത്തിന്റെ ഗായകൻ പാടുന്നത്
എല്ലായ്പ്പോഴും പ്രണയത്തിന്റെ ഗാനങ്ങളാണ്
അതിന്റെ അർത്ഥമെന്തെന്ന് ചോദിക്കരുത്
അതിന്റെ ആനന്ദത്തിൽ ജീവിക്കുവിൻ!
അതിന്റെ ഉന്മാദം ആസ്വദിക്കുവിൻ!

ഇലത്തുമ്പിൽ തുളുമ്പുന്ന നീർക്കണം
പ്രണയത്തിന്റെ ഭാഷയിൽ സംസാരിക്കുന്ന
വിടരുന്ന പൂവിനും കൊഴിയുന്ന പൂവിനും
ഹൃദയത്തിന്റെ ഭാഷയറിയാം

ഒന്നിനുമല്ലാതെ ഹൃദയത്തെ കരിച്ചുകളഞ്ഞവർക്ക്
ഗ്രഹിക്കാനാകാത്ത ഭാഷയിൽ
ഈ പ്രപഞ്ചമപ്പാടെ സംസാരിക്കുന്ന
ശരിയായി മനസ്സിലാക്കൽ
എന്നതാണ് ശരിയായ അഭ്യസനം
അതുതന്നെ ശരിയായ ജീവിതവും

മണ്ണിൽ ഏവരും ഓരോരോ സ്വർഗ്ഗങ്ങൾ തേടിനടക്കുന്നു
ശരിക്കും പറഞ്ഞാൽ നഷ്ടസ്വർഗ്ഗങ്ങൾ
ഒരിക്കൽ തങ്ങൾ അനുഭവിച്ചതെന്ന് അവർ കരുതുന്ന
ആ സ്വർഗ്ഗത്തെക്കുറിച്ചുള്ള ഓർമ്മ
അവരുടെ വേദനകളെ കനൽ കൊണ്ടുകുത്തുന്ന
അതിനാൽ അവരിങ്ങനെ സ്വയം പറഞ്ഞുകൊണ്ടിരിക്കുന്ന
'അടങ്ങുക ഹൃദയമേ, അടങ്ങുക!'

ജീവിക്കുക എന്നതിന്റെ മറ്റൊരർത്ഥം

പ്രണയം ഒരേ സമയം വേദനയും ആനന്ദവുമാകുന്ന
കലഹവും സഹനവുമാകുന്ന
സൃഷ്ടിസ്ഥിതിസംഹാരങ്ങളെ ഒന്നുചേർക്കുന്ന
അത് സകലഭൂതങ്ങൾക്കും ആധാരമാകുന്ന

അസന്തുഷ്ടിയിൽ നിന്ന് അതൃപ്തിയിലേക്ക് പിടഞ്ഞോട്ടുന്ന
ജീവിതത്തിന്റെ അവസാന അഭയമാണ് പ്രണയം
അത് ജഡത്തിൽ നിന്ന് ജീവനെ സ്വതന്ത്രമാക്കുന്ന
പരമാനന്ദത്തിന്റെ ആകാശത്തിൽ അലയുന്ന മേഘമാക്കി
അതിനെ പരിവർത്തിപ്പിക്കുന്ന

പ്രണയം അഗ്നിയാകുന്നു
അത് വെറുപ്പിന്റെയും സ്വാർത്ഥതയുടെയും
മഴക്കാടുകൾ കത്തിച്ച് ചാമ്പലാക്കുന്ന
പ്രണയം സൂക്ഷിക്കുന്നവർ ഇരുട്ടത്തും ഏകരാകുന്നില്ല
ഉള്ളിൽ സ്പന്ദിക്കുന്ന ഹൃദയമുള്ളവരെല്ലാം തന്നെ
സ്നേഹിക്കാൻ വേണ്ടി മാത്രം ജനിച്ചവരാകുന്നു
വിരഹത്തിന്റെ കൂരിരുൾപ്പായയിൽ വീണുറങ്ങുമ്പോഴും
പ്രണയിക്ക് ശാന്തനാകാനാവുന്നില്ല
സ്വപ്നങ്ങൾ, അവന്റെ നിദ്രയെ പിന്തുടർന്നുകൊണ്ടേയിരിക്കും

ജീവിക്കുക എന്നതിന് മറ്റൊരർത്ഥം കൂടിയുണ്ട്
സ്നേഹിക്കുക എന്നതാണത്

നിരുപാധികസ്നേഹം ഒരു ശീലമാകുമ്പോൾ
ഒറ്റയ്ക്കിരിക്കുമ്പോൾ പോലും നിങ്ങൾ ഏകരാകുന്നില്ല
നിങ്ങളിൽ നിങ്ങൾക്കു പ്രിയപ്പെട്ട ഒരായിരംപേർ ഒത്തുകൂടുന്നു

പ്രണയം രക്തവും വീഞ്ഞുമാണ്
അത് അമ്ലവും വിഷവുമാണ്
സ്ഥൂലവും സൂക്ഷ്മവുമായ സകലതിലും പ്രഭ വിരിക്കുന്നതും
പ്രണയം തന്നെ
പ്രണയമെന്നത് ഹൃദയത്തിൽ ഒരു ശില എടുത്തുവയ്ക്കലാണ്
അതിനു താഴെ പിന്നെ മറ്റൊന്നിനും സ്ഥാനമുണ്ടാകില്ല
ശരീരത്തിലെ മറ്റെല്ലാ പ്രവർത്തനങ്ങളും താളം തെറ്റുന്നവിധം
രക്തം അവിടെ കെട്ടിക്കിടക്കും
നിങ്ങൾ ജ്വലിക്കുന്ന ഒരു ഹൃദയം മാത്രമായി തുടരും
അതാകുന്നു പ്രണയത്തിന്റെ ചലിക്കുന്ന തത്ത്വം

   പ്രണയത്തിന്റെ പരമാനന്ദഗീതം

പ്രണയത്തിന്റെ ചിഹ്നഭാഷ

പ്രണയം ദൈവികമാണ്
പ്രണയികൾ ദൈവങ്ങളെപ്പോലെ സ്തുതിഗീതങ്ങളിഷ്ടപ്പെടുന്ന
വാക്കുകളുടെ ആഡംബരങ്ങളിൽ അവർ തങ്ങളുടെ
ഹൃദയത്തിന്റെ ഉപരിപ്ലവതകൾ ഒളിച്ചുകടത്തുന്ന
പ്രണയികൾ സ്വന്തം വില താഴ്ത്തി ഗണിക്കുന്നു
അതിന്റെ ഉന്നമനത്തിന്
അന്യന്റെ പരിഗണനകൾക്ക് കാത്തിരിക്കുന്ന
ദൈവസങ്കല്പങ്ങളെല്ലാം പൊള്ളയാണെന്നത് പോലെ
എല്ലാ പ്രണയങ്ങളും നോക്കുകുത്തിക്ക് മുന്നിലെ
പണിതീരാത്ത പളുങ്കുഗോപുരങ്ങളാകുന്നു

പ്രണയം വിശുദ്ധമായ മതമാണ്
അതിന് നിയതവേദങ്ങളില്ല
നിയമങ്ങളോ വചനങ്ങളോ ദേവാലയങ്ങളോ ഇല്ല
ഭാഷ്യങ്ങൾ ആവശ്യമില്ലാത്ത ഭാഷയിലാണ്
അത് സംസാരിക്കുന്നത്
ഹൃദയത്തിൽ നന്മയും കരുണയും വേദനയും
പേറുന്നവരുടെ മതമാണത്
അവിടെ പ്രത്യേക ദൈവങ്ങളില്ല
വിശ്വാസികൾ തന്നെയാണ് ആരാധനാമൂർത്തികൾ

പ്രകൃതിയിൽ എല്ലാ വസ്തുക്കളിലും
പ്രണയത്തിന്റെ ചിഹ്നഭാഷ മുദ്രിതമാക്കപ്പെട്ടിരിക്കുന്ന

എല്ലാ മറച്ചവയ്ക്കലൃകൾക്കും പിറകിൽ
പ്രണയത്തിന്റെ നിഗ്രൂഢസൗന്ദര്യം ഇതൾവിരിയുന്ന
ആകാശത്തിന്റെ അമൂർത്തതയ്ക്കും ഭൂമിയുടെ മൂർത്തതയ്ക്കും മദ്ധ്യേ
അത് അനന്ത്രതിയുടെ ത്രിശങ്കുസ്വർഗ്ഗം പണിഞ്ഞിരിക്കുന്ന

വൃക്ഷങ്ങളെ നോക്കൂ,
അവ പ്രണയത്തിന്റെ സന്ദേശം ഇലകളിൽ വഹിക്കുന്ന
ഋതുക്കൾ അവയെ വസന്തത്താൽ മൂടുന്ന
പുഴകളെ നോക്കൂ.
അവ മനോജ്ഞമായി ഒഴുകിപ്പരക്കുന്നത്
ഉള്ളിൽ പ്രണയത്തിന്റെ സാമുദ്രികദാഹം പേറുന്നതിനാലത്രേ
വാനിലെങ്ങും പറവകൾ പ്രണയത്തിന്റെ വിജയം
ഉദ്ഘോഷിക്കാനെന്ന വിധം പാറിനടക്കുന്ന
മഴമേഘങ്ങൾ അവർക്ക് കുട പിടിക്കുന്ന
മണ്ണിൽ അസാദ്ധ്യമായതെല്ലാം പ്രണയത്തിൽ സംഭവിക്കുന്ന
അത് ആനന്ദത്തിന്റെ മറുകരയും
ബോധോദയത്തിലേക്കുള്ള വാതില്യം ആകുന്ന

താഴ്‌വരകളിൽ പ്രണയികൾ ഉന്മാദിച്ച നടക്കുന്ന
അവരുടെ ദിനങ്ങൾ ഉല്ലാസത്തിന്റെ ഗീതങ്ങളാലപിക്കുന്ന
മലമുകളിലെ സൂര്യൻ
അവരെ സ്നേഹത്തിന്റെ സന്താനങ്ങളെന്ന വിളിക്കുന്ന
എല്ലാ ഇന്ദ്രിയങ്ങളും ഒരൊറ്റ വികാരത്തിൽ പുഷ്പിക്കുന്ന
എല്ലാ രോമകൂപങ്ങളും നിലാവിന്റെ പൂമരങ്ങളായ് പരിണമിക്കുന്ന

   പ്രണയത്തിന്റെ പരമാനന്ദഗീതം

വെളിച്ചത്തിന്റെ കപ്പൽ

ഈ വിശ്വമാകെ പുഞ്ചിരിക്കുമ്പോൾ
ഞാൻ മാത്രമെന്തിനു കരയണം?
ഈ പ്രപഞ്ചമാകെ വീണമീട്ടുമ്പോൾ
ഞാൻ മാത്രമെന്തിന് നിശ്ശബ്ദനാകണം?
സകലജീവചൈതന്യമായ പ്രണയമേ,
നിന്റെ ഇരുത്വമുള്ളപ്പോൾ എനിക്ക് മറ്റെന്ത് വേണം?
സ്വന്തമാക്കലിന്റെ സന്തോഷമില്ലാതെയും
നഷ്ടപ്പെടലിന്റെ വേദനയില്ലാതെയും കഴിഞ്ഞുകൂട്ടുക
എത്ര ആനന്ദകരമായ വസ്തുതയാണ്

എനിക്ക്
നീ, എന്നെ ദാനമായ് തന്ന
എന്നെ അതിന്റെ തനിമയിൽ നിലനിർത്തുക എന്നതാണ്
നിനക്കുള്ള സമ്മാനമെന്ന് ഞാനറിയുന്ന
നിസ്സംഗനായ എന്റെ ആത്മാവ്
കാലത്തിന്റെ കുത്തൊഴുക്കിൽപ്പെടാതെ
കുംഭഗോപുരം പോലെ നില്ലുമാറാകട്ടെ
എന്നതാണെന്റെ പ്രാർത്ഥന;
എന്നോടുള്ള
നിന്റെ അചഞ്ചലമായ സ്നേഹത്തിന്റെ പ്രതീകമെന്ന പോലെ

നീ സൗരയൂഥത്തിനും അപ്പറത്ത് നിന്നെത്തുന്ന
നിന്റെ ദേഹം ആകാശഗംഗയും ഉപരിയാകുന്നു

നിന്റെ മാർഗ്ഗം അനന്തം
വേഗം പ്രവചനാതീതവും
വർണ്ണം അദൃശ്യവും ഗുണം അവാച്യവുമാകുന്നു.
നിന്നെ ഞാൻ ബലിയുടെ സഫലത കൊണ്ട് തൊടുന്നു
നിന്നിൽ ഞാൻ അപൂർണ്ണമായ ഗാനമായ് പ്രതിധ്വനിക്കപ്പെടുന്നു
നിന്റെ ബലിഷ്ഠമായ കൈകളിൽ കിടന്നുപിടയുമ്പോഴും
ഞാനെന്റെ ഗാനം തുടരുന്നു
രോദനം പോലെയുള്ള എന്റെ ഗാനം കേട്ട്
നീയെന്നെ സ്വതന്ത്രമാക്കൊല്ലേ
നിന്റെ തടവറ എന്റെ സ്വർഗ്ഗമാണ്
ഞാൻ എന്നെത്തന്നെ കൊന്ന് അവിടെ വരാം
ജീവിതാവസാനം വരെ
നിന്റെ തടവറയിൽ കിടക്കാനാണെന്റെ ഒരേയൊരു മോഹം

നിന്റെ കരുണയുടെ മുഖം സംസാരിക്കുന്നില്ലെങ്കിൽപ്പോലും
യാമങ്ങൾ എത്ര വാചാലമായിരിക്കുന്നു
നിശ്ശബ്ദതയുടെ നിശ്വലസ്നേഹരാഹിത്യത്തെ
കണികാണാൻ കിട്ടാതായിരിക്കുന്നു
എങ്ങും നാദമാണ്
ആദിയിൽ നിന്നുള്ള അതിന്റെ ആലാപനം
ഇപ്പോൾ ഉച്ചസ്ഥായിലായിരിക്കുന്നു
പ്രണയമേ, ഈ ലോകം നിന്റെ ഗാനമാകുന്നു
വിരസത മാറ്റുവാൻ
നീ ഇടയ്ക്കിടെ മൂളുന്നൊരു രസികൻ ഗാനം

നിനക്ക്
നീ തന്നെ വേദനയും മരുന്നുമാകുന്നു
നിന്റെ ഇരുളിനെ കീറിമുറിച്ചുകൊണ്ട്
നിന്റെ വെളിച്ചത്തിന്റെ കപ്പൽ നീങ്ങുന്നു
നീ എല്ലാം കാണുന്നു
കാണുന്നവയിലെല്ലാം നീ പെയ്തുനിറയുന്നു
ഏവരുടെയും കേൾവികളിൽ നീ കടലിരമ്പമാകുന്നു
എല്ലാ ശബ്ദങ്ങളുമൊന്നുചേർന്ന് നിന്നിൽ പ്രതിധ്വനിക്കുന്നു
രൂപങ്ങളുടെ നദി നിന്നിലേക്കൊഴുകി വന്ന്
നിന്റെ ഹിമസാഗരത്തിൽ തന്റെ മുഖം നോക്കി നില്ക്കുന്നു

   പ്രണയത്തിന്റെ പരമാനന്ദഗീതം

നീയാണെല്ലാം
നിന്നിലാണെല്ലാം
നിന്നിലെല്ലാം സമൃദ്ധമാക്കപ്പെട്ടിരിക്കുന്നു

നീ നന്മയെടുത്ത് വെയിലത്ത് ചിക്കുമ്പോൾ
എങ്ങും നന്മയുടെ പൊടി നിറയുന്നു
നീ തിന്മയെടുത്ത് മഴയത്തൊഴുക്കുമ്പോൾ
എങ്ങും അതിന്റെ ദുർഗന്ധമൊഴുകുന്നു
എങ്കിലും ഒന്നിനെയും നീ തടയുന്നില്ല
ഭാവങ്ങളെ, നിന്റെ ദൂതരെ
നീ എങ്ങും പറഞ്ഞുവിടുന്നു
ആകാശങ്ങളിൽ അവർ തങ്ങിനില്ലുന്നു
അവർ അനുയോജ്യരെ കാത്തുനില്ലുന്നു

അത്യധികം സ്നേഹിക്കുക

അത്യധികം സ്നേഹിക്കുക എന്നു പറഞ്ഞാൽ
നിങ്ങൾ ആകാശമാകുക എന്നതാണ്
സ്നേഹിക്കപ്പെടുന്നയാൾ ഒരു നക്ഷത്രവും
ഒരു നക്ഷത്രത്തിനുവേണ്ടി
ഒരാകാശം

അത്യധികം സ്നേഹിക്കുക എന്നപറഞ്ഞാൽ
ജീവിതത്തെ മരണം പോലെ പിന്തുടരുക എന്നതാണ്
ശൂന്യതയ്ക്കൊരർത്ഥം കണ്ടെത്താനുള്ള
ആ പഴയശ്രമം തന്നെയാണത്
എങ്കിലും ഒരാളെ അത്യധികം സ്നേഹിക്കുമ്പോൾ
അവൾ/അവൻ മൂല്യമുള്ള ഒന്നായിത്തീരുന്നു
ഒരു കച്ചവടക്കാരനാകാതെ തന്നെ
നിങ്ങളുടെ ജീവിതം സമ്പന്നമായിത്തീരുകയും ചെയ്യുന്നു

അത്യധികം സ്നേഹിക്കുക എന്നു പറഞ്ഞാൽ
ജീവിതത്തെ മരണം പോലെ പിന്തുടരുക എന്നതാണ്
ഒടുവിലൊരു ചുംബനത്തിനു വേണ്ടി
എല്ലാം ഇട്ടെറിഞ്ഞു പോകാതിരിക്കുക എന്നതാണ്

പ്രണയം-
ആകാശത്ത് മാരിവില്ലുകൾക്കപ്പുറം
സ്ഫടികം കൊണ്ടൊരു കൊട്ടാരം!

പ്രണയികൾ ഒരിക്കല്ും മണ്ണിലിറങ്ങാറില്ല
എല്ലാ പ്രണയങ്ങളും വാനിൽ നിന്ന് വാനിലേക്കലയുന്നു-
എല്ലാ ഭ്രാന്തുകളും ഭ്രാന്തിൽ നിന്ന് ഭ്രാന്തിലേക്ക് പായുന്ന പോലെ.
പ്രണയം ഒരു തരം ഭ്രാന്തത്രേ
എല്ലാ അമർഷങ്ങളെയും
നെഞ്ചോട് ചേർക്കുന്ന മരണസമാനമായ ഒരു വ്യഗ്രത

നമ്മൾ പ്രണയത്തിന്റെ പച്ച മറന്നുപോയിരിക്കുന്നു
അതിന്റെ നീലിച്ച ദേഹം നമ്മെ മാടിവിളിച്ചുകൊണ്ടിരിക്കുന്നു